കഥാനവകം

മലയാളത്തിന്റെ ഇഷ്ട കഥകൾ

ശിഹാബുദ്ദീൻ പൊയ്ത്തുംകടവ്

കഥാനവകം

മലയാളത്തിന്റെ ഇഷ്ട കഥകൾ

ശിഹാബുദ്ദീൻ പൊയ്ത്തുംകടവ്

ഗ്രീൻ ബുക്സ്

green books private limited
gb building, civil lane road, ayyanthole,
thrissur- 680 003, kerala, ph: +91 487-2381066, 2381039
website: www. greenbooksindia. com
e-mail: info@greenbooksindia. com

malayalam
kathanavakam
malayalathinte ishtakathakal
story
by
shihabuddin poythumkadavu

first published september 2017
copyright reserved

cover design : rajesh chalode

branches:
thrissur 0487-2422515
palakkad 0491-2546162
kannur 0497-2763038
thiruvananthapuram 8589095301

isbn : 978-93-86440-98-3

---

no part of this publication may be reproduced,
or transmitted in any form or by any means,
without prior written permission of the publisher.

GBPL/963/2017

മുഖക്കുറി

ഗ്രീൻബുക്സ് പ്രസിദ്ധീകരിച്ച മലയാളത്തിന്റെ സുവർണകഥകൾക്ക് വായനക്കാരിൽ വലിയ സ്വാധീന മുണർത്താൻ കഴിഞ്ഞു. കേരളത്തിലെ നവോത്ഥാന കാലഘട്ടത്തിലേയും ആധുനിക കാലഘട്ടത്തിലേയും എഴുത്തുകാരെയാണ് സുവർണകഥകൾ പ്രതിനിധീ കരിക്കുന്നതെങ്കിൽ 'ഇഷ്ടകഥ'കളിൽ അണിനിരക്കു ന്നത് നവോത്ഥാനാന്തര കാലഘട്ടത്തിലെ കഥയെഴുത്തു കാരാണ്. കഥയ്ക്ക് ഒരു സാർവദേശീയ ഭാഷയുണ്ട്. എവിടെയുമുള്ള മനുഷ്യരോടും അത് ദേശാതിരുകൾക്ക പ്പുറത്ത് സംസാരിക്കുന്നു. തന്റെ ചിന്തകളെ കഥാപര മായി രൂപപ്പെടുത്തുക എന്ന അറിവാണ് കഥയെഴു ത്തിന്റെ രസതന്ത്രം. നല്ല കഥയെ കണ്ടെത്താൻ സാമാന്യ ബുദ്ധി മതിയാകും. അതിൽ സ്പഷ്ടമായ വിധം തെളിഞ്ഞ ചിന്തയുമുണ്ടാകും. സുവർണകഥകളും ഇഷ്ടകഥകളും കഥയെഴുത്തിന്റെ ഈടുറ്റ വഴികളെ പ്രഖ്യാപിക്കുകയും ഭാഷയിൽ കഥയുടെ വഴി വെട്ടി ത്തെളിയിക്കുകയും ചെയ്യുന്നു.

കൃഷ്ണദാസ്
മാനേജിങ് എഡിറ്റർ

കഥയും ഞാനും

ശിഹാബുദ്ദീൻ പൊയ്ത്തുംകടവ്

- കഥാരചനയിലേക്ക് വന്ന കാലം:

അഞ്ചു വർഷം തുടർച്ചയായി പ്രസിദ്ധീകരണത്തിന് കഥ അയച്ചു മടങ്ങി 1982ൽ ചന്ദ്രിക ആഴ്ചപ്പതിപ്പിന്റെ ബാലപംക്തിയിൽ ആദ്യകഥ വന്നു. അധികം വൈകാതെ എന്റെ കഥയെ മുതിർന്നവരോടൊപ്പം ഇരുത്തപ്പെട്ടു.

എഴുത്ത് ഒരു യാത്രയാണ്. ഏതോ അന്വേഷണത്വര അതിനു പിന്നിലുണ്ട്. തന്നെത്തന്നെ കണ്ടെത്താൻ. തന്നെത്തന്നെ വിശദീകരിക്കാൻ. സ്വന്തം അനുഭവങ്ങളെ എഴുതുന്നതിനോടടുപ്പിക്കുമ്പോൾ വാക്കുകളിൽ വിളക്ക് കത്തുന്നതു കാണാം. എനിക്കന്യമായി വേറിട്ട് നിൽക്കുന്നതിനെ ബലാൽക്കാരേണ പ്രാപിക്കുവാൻ കഥയിൽ യജ്ഞിക്കാറില്ല. എന്നെ പ്രചോദിപ്പിക്കാൻ കഥാവിഷയത്തിന് കഴിയുമ്പോൾ ഞാൻ കീഴടങ്ങുന്നുവെന്നേയുള്ളൂ. വന്നുഭവിക്കുന്ന വിഷയത്തിലെ ആത്മവിശ്വാസമാണെന്റെ പ്രചോദനം.

- നോവൽ, ചെറുകഥ എന്നീ സാഹിത്യരൂപങ്ങളെക്കുറിച്ച്:

സാങ്കേതികമായി ഇതേപ്പറ്റി വിശദീകരിക്കാനൊന്നും എനിക്ക് സത്യമായും വലുതായി അറിയില്ല. ചെറുതായതുകൊണ്ട് അത് വലുതല്ലാതായിരിക്കുകയോ വലുതായതുകൊണ്ടു മാത്രം അത് ചെറുതാവാതിരിക്കുകയോ ചെയ്യില്ലെന്നറിയാം. ഹെമിങ്വേയുടെ Old man and Sea പത്തെഴുപത്തിയഞ്ച് പേജ് കഷ്ടിച്ചുള്ള നോവലാണ്. നോബൽ സമ്മാനം കിട്ടിയതും ഏറെ ചർച്ച ചെയ്തതും അതാണ്. അതും എനിക്കിഷ്ടമാണ്. അദ്ദേഹത്തിന്റേതന്നെ For Whom Bell tools എന്ന ബൃഹദ് നോവലും എനിക്കിഷ്ടമാണ്. ഘടാഘടിയൻ വലുപ്പത്തിലുള്ളതേ നോവലാകൂ എന്ന നമ്മുടെ യാഥാസ്ഥിതിക സങ്കല്പം ബാലിശമാണ്. അതിന് മഹാകാവ്യം എഴുതിയ ആളേ കവിയാകൂ എന്ന നമ്മുടെ സാഹിത്യ ഉപബോധമാണതിനു പിന്നിൽ. ബഷീറിന്റെ മതിലുകൾ അടക്കമുള്ള എല്ലാ

നോവലും ചെറുതായിപ്പോയത് ബഷീർ സത്താപരമായി എഴുതുന്ന ആളായതുകൊണ്ടാണ്. ഒരു കൃതിയിലെ സത്ത യുടെ വ്യാപ്തിയാണ് അതിനെ വലുതോ ചെറുതോ എന്നു നിർണയിക്കേണ്ടത്. അല്ലാതെ അതിന്റെ 'തടി' കൊണ്ടല്ല. പുസ്തകം തടിക്കുന്തോറും എഴുത്തുകാരന്റെ ബാധ്യതയും വലുതാവുന്നുണ്ട്. ഇതറിയാതെ നടത്തുന്ന എല്ലാ സാഹിത്യ പ്രവർത്തനവും അറിഞ്ഞോ അറിയാതെയോ നടത്തുന്ന വന നശീകരണമാണ്.

- കഥാ വിമർശനം:

    എല്ലാം വിമർശനത്തിനു വിധേയമാകേണ്ടതുണ്ട്. അത് വ്യക്തി പരമായ കാര്യങ്ങളുമായി ബന്ധിപ്പിച്ചു നടത്തുമ്പോൾ തിന്മ യാവുന്നു. വിമർശനം വിമർശിക്കപ്പെടുന്ന ആൾക്കും വികാസത്തെ പ്രദാനം ചെയ്യും.

- കഥയുടെ ക്രാഫ്റ്റ്:

    ഏത് കാര്യങ്ങൾക്കും രൂപവും ഭാവവുമുണ്ട്. സാഹിത്യത്തിനു മുണ്ട്. വീട് നിർമ്മാണത്തിനുണ്ട്, വസ്ത്രധാരണത്തിനുണ്ട്. ഒരു പുസ്തകത്തിന്റെ ഭാവങ്ങളെ ശ്രദ്ധേയമായി അവതരിപ്പിക്കുന്ന രൂപം അത്യന്താപേക്ഷിതമാണ്. എന്നാൽ പ്രൊഡക്ഷൻ നന്നായിട്ടുണ്ട് എന്ന് ഒരു വായനക്കാരൻ പറയുമ്പോൾ അർത്ഥം മാറി. എഴുത്തുകാരൻ തനിക്ക് ഇല്ലാത്ത ഒന്നിനെ ഭാവിക്കു മ്പോൾ ആദ്യം കുറച്ചു മണ്ടന്മാരുടെ കൈയടി കിട്ടും. പിന്നീട് ആ മണ്ടന്മാരിലൊരാളായി അയാൾ തീരും.

- എഴുത്തിനെക്കുറിച്ച്:

    മലയാള ഭാഷ ഞാൻ കണ്ടുപിടിച്ചതല്ല. അനേകം സാംസ്കാ രിക വർഷങ്ങൾ അതിനകത്തുണ്ട്. എനിക്കു മുന്നേ എഴുതിയ വരിൽ നിന്ന് ഊർജ്ജം വലിച്ചെടുത്താണ് ഞാനെഴുതുന്നത്. എനിക്കു പിറകെ വരുന്ന തലമുറയും അങ്ങനെതന്നെ. എല്ലാ കാലത്തും വ്യാജന്മാരും ഒറിജിനലും ഉണ്ട്. ഒറിജിനലിന്റെ ഒച്ച കേൾക്കാൻ കഴിയണം. അത് ഭൂമിയിൽ ചെവിവെച്ച് അതിന കത്ത് ഒഴുകുന്ന ഒച്ചയ്ക്കു കാതോർക്കുംപോലെയാണത്. നല്ലത് നല്ലതിനെ തിരിച്ചറിയും. അതിന്റെ അർത്ഥം വല്ലവരും ഉണ്ടാക്കിവെച്ചത് കട്ടുഭുജിക്കണം എന്നല്ല. മുൻതലമുറ നമുക്ക് തന്ന സത്യപ്രകാശത്തിൽ നമ്മൾ മുന്നോട്ട് നടക്കണമെന്നാണ്. എനിക്ക് മുന്നേ എഴുതിയ എല്ലാ എഴുത്തുകാരോടും പല നിലയ്ക്ക് ഞാൻ കടപ്പെട്ടിരിക്കുന്നു. ചിലർ ഇങ്ങനെ എഴുതരു തെന്ന് പഠിപ്പിച്ചവരെന്ന നിലയ്ക്കും.

- ഇഷ്ട കഥാകാരൻ:

പൂർവ്വികരായ ഓരോ കഥാകാരനും ഓരോന്നാണ് പഠിപ്പിക്കുന്നത്. ഒരു ജീവിതസന്ദർഭത്തെ ഓരോരുത്തരും വ്യത്യസ്ത പെർസ്പെക്ടീവിലാണ് കാണുന്നത്. ഫലിതം എഴുതുമ്പോൾ പോലും ബഷീറും വി.കെ.എന്നും എങ്ങനെ വ്യത്യസ്തപ്പെട്ടു നിൽക്കുന്നു എന്നു നോക്കുക.

- വർത്തമാനകഥ:

എല്ലാ കാലത്തുമെന്നപോലെ മികച്ച കഥകൾ ഇന്നുമുണ്ടാകുന്നുണ്ട്. വ്യാജന്മാരും ഭാവിച്ചെഴുതുന്നവരുമുണ്ട്. യശഃപ്രാർത്ഥിത്വത്താൽ കണ്ണു കാണാതെ മുന്നിലിരിക്കുന്നവനെ തള്ളിയിട്ടുകൊണ്ട് ഓടുന്നവരുമുണ്ട്. എഴുത്ത് ഒരു ധ്യാനകലയാണ്. വായനയും. അതിനെ 'സ്പോർട്സ്മേൻ സ്പിരിറ്റി'ലെടുക്കേണ്ട കാര്യമില്ല! എഴുത്തിൽ അയാൾ ഒറ്റയ്ക്കേ ഉള്ളൂ. അയാളും മനസ്സും അതിൽനിന്ന് ഉതിർന്നുവീഴുന്ന വാക്കുകളും. ഷെയ്ക്സ്പിയർ തന്റെ ഒരു സോണറ്റിൽ തന്റെ പ്രിയസഖാവ് ഏൾ ഓഫ് സതാംപ്റ്റനോട് test of timeനെക്കുറിച്ച് പറയുന്നുണ്ട്. ഇതിൽ ഒരു പത്രാധിപർക്കും പ്രസാധകനും നിരൂപകനും നിങ്ങളെ സഹായിക്കാൻ ദീർഘകാലം പറ്റില്ല. നിങ്ങളെഴുതിയതിനോട് കാലം 'ഗേറ്റ് പാസ്' ഉണ്ടോ എന്നു ചോദിക്കുമ്പോൾ നിങ്ങളും നിങ്ങളുടെ എഴുത്തുമേശയും മാത്രം പരീക്ഷിക്കപ്പെടും. ബാക്കിയൊക്കെ ഫലിതങ്ങളായി രൂപാന്തരം പ്രാപിക്കും.

- എഴുത്തും പ്രസാധനവും:

ചില സാഹിത്യക്യാമ്പുകളിലൊക്കെ പോകുമ്പോൾ പുതുതായി എഴുതിവരുന്ന കുട്ടികൾ ചോദിക്കും എന്തെങ്കിലും ഉപദേശമുണ്ടോ എന്ന്. ഞാൻ പറയും, ഉപദേശമൊന്നുമറിയില്ല. ഞാൻ ചെയ്യുന്ന ഒരു പണിയുണ്ട്. എഴുതാൻ തുടങ്ങുന്നതിനു മുമ്പ് ഒരു പത്ത് സെക്കന്റ് നിശ്ശബ്ദമായി കടലാസിനോട് മാപ്പ് ചോദിക്കും. കടലാസാവാൻ വേദനിച്ച ജീവിതത്തിലിന്നേവരെ കാണാത്ത, എനിക്കുവേണ്ടി മരിച്ചരഞ്ഞ മരത്തോട് ഞാൻ മാപ്പ് ചോദിക്കും. പ്രസാധകർക്കും ഈ പ്രാർത്ഥന ബാധകമാണ്.

- ഇഷ്ടപ്പെട്ട കഥ:

എഴുതിക്കഴിഞ്ഞാൽ അത് വായനക്കാരന്റെ കഥയാണ്. അവന്റെ ഇഷ്ടാനിഷ്ടങ്ങളാണ്. എന്റെ ഇഷ്ടത്തിന് ആത്മരതിയോടടുക്കാനുള്ള പ്രവണതയുള്ളതുകൊണ്ട് അതിന്റെ വിശദീകരണം ഞാൻ മാറ്റിവെക്കുന്നു. ■

കഥകൾ

ആർക്കും വേണ്ടാത്ത ഒരു കണ്ണ്   13
ഈ സ്റ്റേഷനിൽ ഒറ്റയ്ക്ക്   19
മതഭ്രാന്തൻ   25
ആകാശപേടകം   36
കാട്ടിലേക്കു പോകല്ലേ, കുഞ്ഞേ   52
താജ്മഹലിലെ തടവുകാർ   63
നഗരത്തിലെ കുയിൽ   70
പ്ലാസ്റ്റിക്   78
ഒരു പാട്ടിന്റെ ദൂരം   86

ആർക്കും വേണ്ടാത്ത ഒരു കണ്ണ്

"**ഒ**രിടവഴിയുടെ ഇരുട്ടിൽ നിന്ന് ഈയിടെ എനിക്കൊരു കണ്ണുകിട്ടി. ഇരുട്ടിൽ അത് ഒരു വിദൂരനക്ഷത്രം പോലെ തിളങ്ങുന്നുണ്ടായിരുന്നു. ആ തിളക്കം ശ്രദ്ധയിൽപ്പെട്ടില്ലായിരുന്നുവെങ്കിൽ, ഒരുപക്ഷേ അതിനെ ചവിട്ടി യരച്ചുകൊണ്ട് കടന്നുപോയേനെ.

ഇടവഴിയും കഴിഞ്ഞ് വെളിച്ചമുള്ള ഒരിടത്ത് എത്തിക്കഴിഞ്ഞാണ് എനിക്ക് അതെന്തു വസ്തുവാണെന്നുതന്നെ മനസ്സിലാവുന്നത്. വെളിച്ച ത്തിൽ ഏറെനേരം പകച്ചുപോയി. ഒരു കണ്ണോ? ഇതേതു മനുഷ്യന്റെ കണ്ണ്? എങ്ങനെയാണിത് നഷ്ടപ്പെട്ടത്? എപ്പോഴാണ് നഷ്ടപ്പെട്ടത്? ഇങ്ങനെ നിരവധി ചോദ്യങ്ങൾ എനിക്കു മുന്നിൽ ഉത്തരം കിട്ടാതെ നടന്നു.

കണ്ണിന് ജീവൻ നഷ്ടപ്പെട്ടിരുന്നില്ല. അതിന്റെ പോളകൾ ഇടയ്ക്കിടെ അടയുകയും തുറക്കുകയും ചെയ്യുന്നുണ്ടായിരുന്നു. അതിന്റെ കൃഷ്ണ മണി വേവലാതിയോടെ ആരെയോ തിരയുന്നുണ്ടായിരുന്നു. വേവലാതി യുടെ തേരുരുൾച്ചയ്ക്ക് ശേഷം സഹതാപാർഹമായി എന്നെത്തന്നെ നോക്കിനിന്നു. അതിന്റെ നോട്ടത്തിൽ കടുംവിഷാദത്തിന്റെ ചുവപ്പ് പരന്നു. കണ്ണിൽ ജലകണങ്ങൾ നിറഞ്ഞു. അതിന്റെ കൃഷ്ണമണി എന്തൊ ക്കെയോ വിളിച്ചു പറയുവാൻ വിതുമ്പി. ഞാൻ ദൃഷ്ടികൊണ്ട് സമാശ്വ സിച്ചു. എന്നിട്ട് ഉള്ളാലെ ഇതൊരു കുഴഞ്ഞ പ്രശ്നമാണല്ലോയെന്ന് നിനയ്ക്കുകയും ചെയ്തു.

ഇത്തരം പ്രശ്നങ്ങൾ ഞാനെന്റെ ഭാര്യയോടാണ് ആദ്യം ചർച്ച ചെയ്യാറ്. രാത്രി ഭക്ഷണത്തിനുശേഷം ശാന്തമായ ഒരന്തരീക്ഷത്തിൽ ഞാനെന്റെ കർച്ചീഫിൽ പൊതിഞ്ഞ കണ്ണ് അവൾക്കു നേരെ തുറന്നുകാട്ടി. എന്നിട്ട് കഴിഞ്ഞ കാര്യങ്ങൾ ചെറുതായി പറഞ്ഞൊപ്പിച്ചു.

കേട്ട മാത്രയിൽ അവൾ ഭയന്നുവിറച്ചു.

ഞാൻ നിസ്സാരമായി പറഞ്ഞു:

ഇതിലിത്ര ഭയപ്പെടാനുള്ള കാര്യമൊന്നുമില്ല. ഇതിനൊരവകാശി യുണ്ടാവും. നമുക്കിതയാളെ ഏല്പിക്കാം.

എങ്ങനെ?

ഞാൻ പറഞ്ഞു:

നേരം പുലരട്ടെ. നമുക്കിത് പൊലീസിലേല്പിക്കാം. ഈ കണ്ണിന്റെ അവകാശി തീർച്ചയായും അവിടെ എത്താതിരിക്കില്ല.

അവൾ പറഞ്ഞു:

നിങ്ങളിത്ര മണ്ടച്ചാരായിപ്പോയല്ലോ. അവർ നിങ്ങളെ കൈയോടെ ലോക്കപ്പിൽ തള്ളും. എന്നിട്ട് കണ്ണിന്റെ ബാക്കി ഭാഗങ്ങൾ എവിടെയെന്ന് നിങ്ങളെക്കൊണ്ട് പറയിപ്പിക്കും. വെറുതെ വയ്യാവേലിക്കൊന്നും പോകരുത്. ഇത് കിട്ടിയേടത്തുതന്നെ ഉപേക്ഷിക്കുന്നതാണ് ബുദ്ധി.

പിന്നീട് ഞാനൊന്നും പറഞ്ഞില്ല. അവൾ പറഞ്ഞതിന്റെ ആദ്യഭാഗത്ത് കാര്യവും രണ്ടാംഭാഗത്ത് ക്രൂരതയുമുണ്ട്. അവൾ എന്റെ വികാരം ഉൾക്കൊള്ളാതെ പോയല്ലോ. ഈ കണ്ണ് പെരുവഴിയിലുപേക്ഷിക്കാൻ മാത്രം കരുത്ത് എനിക്കില്ല. ഈ കണ്ണ് കിട്ടിയേടത്ത് തന്നെ ഉപേക്ഷിച്ചാൽ വല്ല കുറുക്കന്മാരോ നായ്ക്കളോ കാണുകയേ വേണ്ടൂ....

കണ്ണിന്റെ കരുണാർദ്രമായ നോട്ടം എന്നെ വല്ലാതെ നീറ്റുകയാണ്. ആ നോട്ടത്തിൽ ഒരു ദയനീയ ഭാവമുണ്ട്. ഒരപേക്ഷയുണ്ട്. നോക്കി യിരിക്കേ, കണ്ണ് നിറയാൻ തുടങ്ങി.

ഞാൻ പറഞ്ഞു:

കരയാതിരിക്കൂ... നിന്നെ നിന്റെ അവകാശിയെത്തന്നെ ഞാനേല്പിക്കും.

സന്തോഷാധിക്യത്താൽ അതിന്റെ പോളകൾ പിടയുകയും ഏറെനേരം അടയുകയും ചെയ്തു.

പിറ്റേന്ന് നഗരത്തിലെ പ്രശസ്തമായ ഒരു സായാഹ്നപത്രത്തിൽ ഞാനൊരു പരസ്യം കൊടുത്തു....

'നഗരത്തിൽ നിന്നും ഫിറോസ്പുരം ഗ്രാമത്തിലേക്ക് തിരിയുന്ന ഇടവഴിയിൽ നിന്ന് ഒരു സാധനം വീണുകിട്ടിയിരിക്കുന്നു. നഷ്ടപ്പെട്ട സാധനത്തിന്റെ യഥാർത്ഥവിവരം തരുന്ന പക്ഷം അത് തിരികെ കിട്ടുന്നതാണ്. എത്രയും പെട്ടെന്ന് താഴെ താണുന്ന വിലാസത്തിൽ ബന്ധപ്പെടുക...'

പരസ്യാനന്തരം പലരും എന്നെത്തേടിവന്നു. സമൂഹത്തിലെ വിവിധ തുറകളിൽ നിന്നും വന്നവർ. അതിൽ പുരോഹിതരും കച്ചവടക്കാരും കവികളും നിരൂപകരും കള്ളന്മാരും പിടിച്ചുപറിക്കാരും സിനിമാക്കാരു മൊക്കെയുണ്ടായിരുന്നു.

അവരുടെ വിവരങ്ങളിൽനിന്ന് പക്ഷേ, എനിക്കൊരു കാര്യം ബോധ്യമായി. ആർക്കും അങ്ങനെയൊരു കണ്ണ് നഷ്ടപ്പെട്ടിട്ടില്ല. പുരോഹിതന് നഷ്ടപ്പെട്ടത് അയാളുടെ ഡയറിയായിരുന്നു. അതിലെ

സ്വകാര്യക്കുറിപ്പുകൾ പുറത്തു പറയാത്ത പക്ഷം എനിക്ക് ഒരുലക്ഷം രൂപ വരെ തരാൻ അയാൾ ഒരുക്കമാണ്. കച്ചവടക്കാരന് സെയിൽസ് ടാക്സുകാരെ വെട്ടിച്ച ഫയൽരേഖകളായിരുന്നു നഷ്ടപ്പെട്ടത്. അയാൾ കാലുപിടിക്കുന്നതുപോലെ എന്നോട് കെഞ്ചിക്കൊണ്ടിരുന്നു. അയാളും ഒരുപാട് പണം എനിക്ക് വച്ചുനീട്ടി. കവിക്ക് നഷ്ടപ്പെട്ടത് അയാളുടെ ഏറ്റവും പുതിയ കവിതയുടെ റഫ് കോപ്പിയായിരുന്നു. വ്യക്തി ദുഃഖത്തിന്റെ കടുത്ത ചായം കൊണ്ട് എഴുതപ്പെട്ട ആ വരികൾ അയാൾക്ക് ഓർമ്മയിൽ നിന്ന് എത്തിപ്പിടിക്കാനാവാത്തത്ര ദൂരത്തായി പ്പോയിരിക്കുന്നു. ആ കടലാസ്സുതുണ്ടുകൾ കിട്ടുന്നപക്ഷം ലോകത്തിലെ ഏറ്റവും മികച്ച കവിതയായി അത് അംഗീകരിക്കപ്പെട്ടേനേ. നിരാശനായ അയാൾ ഒരു ഭ്രാന്തനെപ്പോലെയാണ് തിരിച്ചുപോയത്. ഓരോരുത്തർക്കും വേണ്ടത് ഓരോന്ന്. എന്റെ കൈയിലോ, കണ്ണ് മാത്രവും.

സായാഹ്നപത്രത്തിലെ പരസ്യത്തിനുശേഷം ഞാൻ ഏറെനാൾ കാത്തു നിന്നു. ആരും വന്നില്ല. വീണുകിട്ടിയ കണ്ണിൽ വീണ്ടും ദുഃഖം കനം തൂങ്ങിത്തുടങ്ങി.

ഞാൻ പറഞ്ഞു: പ്രതീക്ഷ കൈവിടരുത്. ഞാനില്ലേ, നിന്നെ ഞാൻ യഥാർത്ഥ അവകാശിയുടെ കൈവശം ഏല്പിക്കും.

ഇതിനിടെ കിട്ടാവുന്ന എല്ലാ ദിനപ്പത്രങ്ങളും അരിച്ചുപെറുക്കി വായിക്കുന്നത് ഒരു പതിവായി. എവിടെയെങ്കിലും ആർക്കെങ്കിലും ഒരു കണ്ണ് നഷ്ടപ്പെട്ട വാർത്തയോ പരാമർശമോ ഉണ്ടോ എന്നറിയാൻ. പക്ഷേ, എവിടെയും അങ്ങനെയൊരു പരാമർശം കണ്ടില്ല. പിന്നീടത് വൃഥാ വേലയാണെന്നു കണ്ട് ഉപേക്ഷിക്കുകയും ചെയ്തു.

ആഴ്ചകൾ കടന്നുപോയി. കണ്ണിന്റെ പ്രതീക്ഷകൾ മങ്ങിമങ്ങി വരുന്നത് ഞാനറിയുകയാണ്.

ഒടുവിൽ രണ്ടും കല്പിച്ച് ഒരു പരസ്യംകൂടി കൊടുത്തു. ഇത്തവണ ദേശീയതലത്തിൽ പുറത്തിറങ്ങുന്ന പത്രത്തിലാണ് പരസ്യം. മുമ്പുള്ള അനുഭവങ്ങൾ കുറെക്കൂടി വലിപ്പത്തിൽ എന്നെത്തേടി വന്നു. എന്നല്ലാതെ അതുകൊണ്ട് വിശേഷിച്ചൊരു പ്രയോജനവും ലഭിച്ചില്ല. അങ്ങനെയിരിക്കെ, ഒരു നാൾ ഞാൻ കണ്ണിനോടു ചോദിച്ചു:

കണ്ണേ, നിന്റെ അവകാശി നിന്നെയും തേടി വരുന്നില്ല. അങ്ങനെ യൊരാൾ ഈ ഭൂമിയിൽ ജീവിച്ചിരിപ്പുണ്ടോ എന്നാണെന്റെ സംശയം. എത്ര നാളിങ്ങനെ കാത്തിരിക്കും. നിന്റെ കാഴ്ചശക്തി ക്ഷയിച്ചുതീരും മുമ്പ് ആർക്കെങ്കിലും പ്രയോജനമുണ്ടാകട്ടെ, നിന്നെ ഞാനൊരു നേത്രബാങ്കിലേൽപിക്കട്ടെ?

കണ്ണിന്റെ കൃഷ്ണമണിയുടെ ഉരുൾച്ചയിൽ നിന്നും അതിന്റെ പോള കളുടെ പിടപിടപ്പിൽ നിന്നും എനിക്കൊരു കാര്യം ബോദ്ധ്യമായി. സ്വല്പം

വൈമനസ്യത്തോടെയാണെങ്കിലും ഞാൻ പറഞ്ഞ കാര്യത്തിന് കണ്ണിന് സമ്മതമാണ്.

പിറ്റേന്നു കാലത്ത് ഞാൻ നേരെ ബാങ്കിലേക്ക് പോയി. ബാങ്കു തലവനെക്കണ്ട് കാര്യങ്ങൾ വിശദീകരിച്ചു. അയാൾ ഭയപ്പാടോടെയാണ് കണ്ണെടുത്ത് തിരിച്ചും മറിച്ചും പരിശോധിച്ചത്. നീണ്ട മുപ്പതുവർഷത്തെ ഔദ്യോഗിക ജീവിതത്തിനിടയ്ക്ക് ഒരിക്കൽപ്പോലും അയാൾ ഇമ്മട്ടിലൊരു കണ്ണു കണ്ടിട്ടില്ല.

അയാൾ പേടിയോടെ പറഞ്ഞു:

നിങ്ങളുടെ ഉദാരമനസ്കതയ്ക്കു നന്ദി. പക്ഷേ, ജീവനില്ലാത്ത കണ്ണുകളെ ഇവിടെ സ്വീകരിക്കാറുള്ളൂ. ഇതിനാകട്ടെ, ജീവനുണ്ട്. ജീവനില്ലാത്ത കണ്ണുകൾ സ്വീകരിക്കണമെങ്കിൽപോലും ഉടമസ്ഥന്റെ കാലേക്കൂട്ടിയുള്ള സമ്മതപത്രവും രണ്ടുപേരുടെ സാക്ഷിയൊപ്പും ആവശ്യമാണ്... ഏതായാലും എനിക്കീ കണ്ണിന്റെ പേരിൽ തൂക്കിലേറാൻ വയ്യ...

ഞാൻ നിസ്സഹായനായി കണ്ണിനെ നോക്കി. എന്നെ അഭിമുഖീകരിക്കാൻ ശക്തിയില്ലാതെ അത് കണ്ണടച്ചുകളഞ്ഞു.

നേത്രബാങ്കിന്റെ പടിയിറങ്ങുമ്പോൾ ജീവിതത്തിലാദ്യമായി എന്തെന്നില്ലാത്ത ഒരനാഥത്വം അനുഭവപ്പെട്ടു. ഈ ലോകം മുഴുവൻ കൈയൊഴിഞ്ഞതു പോലെ. എവിടെയും ഒരപരിചിതത്വം. എല്ലാവരും എന്നിൽ നിന്ന് എന്തോ മറച്ചുവയ്ക്കുന്നതുപോലെ.

ഞാനന്ന് കണ്ണുമായി നഗരം മുഴുവൻ അലഞ്ഞുതിരിഞ്ഞു. ആർക്കെങ്കിലും ഈ കണ്ണിനെ രക്ഷിക്കാനാവുമോ എന്ന അന്വേഷണവുമായി. അലച്ചിലിൽ ഞാൻ വിശപ്പും ദാഹവും മറന്നു. നേരവും കാലവും മറന്നു.

പാറിപ്പറന്ന മുടിയും മുഷിഞ്ഞു കറുത്ത മുഖവുമായാണ് ഞാനന്ന് വീടണഞ്ഞത്. ഭാര്യ വിളക്കണയ്ക്കാതെ എന്നെയും കാത്ത് പരിഭ്രമിച്ചിരിക്കുകയായിരുന്നു.

എന്താണിത്ര വൈകിയതെന്ന് അവൾ ഉത്ക്കണ്ഠയോടെ തിരക്കി.

ഞാൻ പറഞ്ഞു:

ആ കണ്ണിന്റെ അവകാശിയെ എനിക്കിനിയും കിട്ടിയില്ല... എല്ലാം പോകട്ടെ. കരുണാപൂർവ്വവും നറുവെളിച്ചം വിതറുന്നതുമായ ഒരു കണ്ണ് ഏറ്റെടുക്കാൻ പോലും ഒരാളെ കിട്ടുകയില്ലെന്നുകൂടി വന്നാലോ... കഷ്ടം.

ഭാര്യയുടെ ഭാവം പൊടുന്നനെ മാറി.

അവൾ കോപം വന്നു പൊട്ടിത്തെറിച്ചു.

ഓഹോ, അപ്പോൾ അതാണു കാര്യം. നിങ്ങളിനിയും ആ വൃത്തികെട്ട സാധനത്തെ ഉപേക്ഷിച്ചില്ല, അല്ലേ? എന്തിനാണ് കുറെ ദിവസങ്ങളായി നിങ്ങളുടെ പുറപ്പാട്...?

സഹിക്കവയ്യാതെ ഞാൻ കാതുകളടച്ചു വച്ചു.

രാത്രി മുഴുവൻ കണ്ണും കണ്ണിന്റെ അനാഥത്വവും മനസ്സിനെ നീറ്റിച്ചു. ഈ കണ്ണ് ഉപേക്ഷിക്കാൻ മാത്രം മനക്കരുത്ത് എനിക്കില്ലാതെ പോയല്ലോ. വഴികളടഞ്ഞ ഒരു മഹാഗുഹയിലകപ്പെട്ടതുപോലെ തോന്നി. ദൈവമേ ഇതിലും ഭേദം നിനക്കെന്നെ കൊല്ലുകയാണ്... ദൈവമേ നിനക്കെന്നെ കൊല്ലരുതോ?

ചിന്തയുടെ ഒരു നുറുങ്ങു നിലാവ് വന്നുവീണത് പെട്ടെന്നായിരുന്നു. പത്രത്തിൽ ഞാൻ കൊടുത്ത പരസ്യത്തിന്റെ മാറ്റർ ഒന്നുകൂടി ശ്രദ്ധിച്ചു വായിക്കാൻ അതെന്നെ പ്രേരിപ്പിച്ചു.

നഗരത്തിൽ നിന്നും ഫിറോസ്പുരം ഗ്രാമത്തിലേക്ക് തിരിയുന്ന ഇടവഴിയിൽ നിന്ന് ഒരു സാധനം വീണുകിട്ടിയിരുന്നു. നഷ്ടപ്പെട്ട സാധനത്തിന്റെ യഥാർത്ഥ വിവരം തരുന്ന പക്ഷം.

ഒരു സാധനം എന്നാൽ ഒരു ജീവനുള്ള വസ്തുവെന്നായിരിക്കണ മെന്നില്ല. ജീവനുള്ള ഒന്നിനെയും നമ്മൾ സാധനമെന്നു വിവക്ഷി ക്കാറില്ലല്ലോ...? ഞാൻ പരസ്യവാചകത്തിലെ പിഴവിനെച്ചൊല്ലി ഖേദിച്ചു. പിന്നെ ഈ ലോകത്തിൽ ഒരു വാചകപ്പിഴ പോലും വരുത്തിവയ്ക്കുന്ന പ്രശ്നങ്ങളെപ്പറ്റി ചിന്തിച്ചു.

പിറ്റേന്നു ഞാൻ വരുംവരായ്കകളുടെ ചിന്തകളെ മറികടന്നുകൊണ്ട് ഒരു പരസ്യംകൂടി നല്കാൻ തീരുമാനിച്ചു.

പരസ്യത്തിന്റെ മാറ്റർ ഇങ്ങനെയായിരുന്നു.

നഗരത്തിൽ നിന്നും ഫിറോസ്പുരം ഗ്രാമത്തിലേക്കു തിരിയുന്ന ഇടവഴിയിൽനിന്ന് ഒരു കണ്ണ് വീണു കിട്ടിയിരിക്കുന്നു. കണ്ണിന്റെ ജീവൻ ഇതേവരെ നഷ്ടപ്പെട്ടിട്ടില്ല. എത്രയും പെട്ടെന്ന് താഴെ കാണുന്ന വിലാസത്തിൽ ബന്ധപ്പെടുക....

പരസ്യം അച്ചടിച്ചുവന്ന കോപ്പി എനിക്കുമുമ്പേ ഭാര്യയുടെ ശ്രദ്ധ യിലാണ് പെട്ടത്. അവൾ പരസ്യം പ്രസിദ്ധീകരിച്ച പത്രം ഒരു പൊട്ടി ക്കരച്ചിലോടെ എന്റെ നേരെ വലിച്ചെറിഞ്ഞു. പിന്നെ അവൾ അവളുടെ മുറിയിലേക്ക് ഓടിക്കയറി നിലവിളി പോലെ വാതിലടച്ചു.

ഞാൻ കർച്ചീഫിൽ നിന്നു കണ്ണിനെ നോക്കി. മനസ്സു മരവിച്ചവനായി ഇരുന്നു. വീട്ടുവാതിലുകൾ കൊക്കയിടപ്പെടാതെ അടഞ്ഞുകിടക്കുന്നു. ഞാൻ അവകാശിയെ കാത്തിരിക്കുകയാണ്. മുറ്റത്ത് ഒരു കാലൊച്ച ഉയർന്നു വരുന്നുണ്ടോ? വാതില്ക്കൽ ഒരു മുട്ടു കേൾക്കുന്നുണ്ടോ? ഞാൻ കാത്തുകാത്തിരുന്നു. എന്റെ കാത്തിരിപ്പിന്റെ നീളം കൂടിക്കൊണ്ടി രിക്കുന്നു.

ആരും വരുന്നില്ല, ആരും.

മണിക്കൂറുകൾ ഘടികാരങ്ങളെ മുട്ടിച്ചുകൊണ്ടു കടന്നുപോവുകയാണ്.

എന്റെ കണ്ണുകൾ നിറയുകയാണ്. കാഴ്ചകൾ കണ്ണീരിൽ കലങ്ങുകയാണ്.

ഞാൻ സഹതാപാർദ്രനായി കണ്ണിനെ വിളിച്ചു. അത് അടഞ്ഞ പോളയുമായി കിടക്കുകയാണ്. ഞാൻ വീണ്ടും വീണ്ടും വിളിക്കുകയാണ്. വിളിച്ചു വിളിച്ച് എന്റെ വിളി തീരുകയാണ്. അതു കണ്ണു തുറക്കുന്നില്ല. ഞാൻ അതിന്റെ പോള മേല്പോട്ടുയർത്തി.

കാഴ്ചകളറ്റ എന്റെ മനസ്സിൽ എല്ലാം തകർന്നൊടുങ്ങുകയാണ്.

അവിടെ കൃഷ്ണമണിയുണ്ടായിരുന്നില്ല.

ഇപ്പോൾ വിദൂരതയിൽ നിന്ന് ഒരിരമ്പം കേൾക്കാം. ഒരു വിസിലൂത്ത് കേൾക്കാം.

ഒരു ജീപ്പിന്റെ ഇരമ്പം. ഒരു പൊലീസുകാരന്റെ വിസിലൂത്ത്... ∎

ഈ സ്റ്റേഷനിൽ ഒറ്റയ്ക്ക്

"ഒരിടത്ത് ഒരു റെയിൽവേ സ്റ്റേഷനുണ്ടായിരുന്നു. മരുഭൂമിയുടെ വിജനതയും ഏകാന്തതയുടെ ചുടുകാറ്റും വമിക്കുന്ന സ്റ്റേഷൻ, ഒരന്യ ഗോളത്തിലെന്നപോലെ നിലകൊണ്ടു. കാർമേഘപടലങ്ങളും അപൂർവ്വ പക്ഷികളും അതുവഴി ഭയപ്പാടോടെ മാത്രം കടന്നുപോയി. ദുരൂഹമായ ഏതോ കേന്ദ്രത്തിൽനിന്നും ഉദ്ഭവിച്ച് മറ്റൊരു ദുർഗ്രാഹ്യമണ്ഡലത്തി ലേക്ക് നീളുന്ന ഒന്നായിരുന്നു സ്റ്റേഷനു മുന്നിലൂടെ കടന്നുപോകുന്ന പാളങ്ങൾ. അവ മിക്കപ്പോഴും ചുട്ടുപഴുത്തു നിന്നു. കരിങ്കൽകൂനകളിൽ പൂണ്ട് ഏതോ വിഷപ്പാമ്പിനെപ്പോലെ അത് മയങ്ങി. ടെലിഫോൺ കമ്പി കളിൽ കാറ്റടിക്കുമ്പോൾ വിജനതയും ഒറ്റപ്പെടലും ചേർന്ന് മരണസമാന മായൊരു ഇരമ്പൽ രൂപം കൊണ്ടു.

സ്റ്റേഷനിൽ അകാലവാർദ്ധക്യം ബാധിച്ച ചെറുപ്പക്കാരനായിരുന്നു മാസ്റ്റർ. ബ്രിട്ടീഷ് അധീനതയുടെ വാസ്തുശില്പത്തിൽ പണിത ഉരുക്കു തൂണുകളും പ്രാചീനമായ മേല്ക്കൂരയും കൊണ്ട് അത് മരിച്ചവരുടെ വീടിനെ അനുസ്മരിപ്പിച്ചു.

ഏകാന്തതയുടെ മഹാസമുദ്രത്തിലകപ്പെട്ട ആ സ്റ്റേഷൻ കാര്യവാഹി, മേലുദ്യോഗസ്ഥന്മാർക്ക് കത്തുകളെഴുതിക്കൊണ്ടിരുന്നു.

ബഹുമാനപ്പെട്ട സർ,

ഇതിപ്പോൾ എത്രാമത്തെ ഹർജിയാണെന്നറിയില്ല. ഈ ഒഴിഞ്ഞ സ്റ്റേഷനിൽ സേവനനിരതനായി ഇരിക്കാൻ തുടങ്ങിയിട്ട് വർഷങ്ങളെത്ര യായെന്നുമറിയില്ല. വന്നുവന്ന് എന്റെ ഭൂതകാലം പോലും എനിക്കു നഷ്ട പ്പെട്ടു. ശിശിരകാലക്കാറ്റുകളിൽപ്പെട്ട് ദൂരെ ഇലകൾ പൊഴിഞ്ഞുപോകു ന്നത് എത്രയോ തവണ കണ്ടു. സത്യത്തിൽ ഈ ജോലിയിൽ ഞാൻ നിയുക്തനാകുന്നത് ജീവപര്യന്തം ഏകാന്തതടവ് എന്ന നിലയിലല്ലേ സാർ? ആ സത്യമെങ്കിലും എന്നിൽനിന്ന് മറച്ചുവയ്ക്കാതിരുന്നുകൂടെ സാർ? ഒരാൾ ഏറെക്കാലം തനിയെ ആകുമ്പോൾ, തന്നെത്തന്നെ മാത്രം ചിന്തിച്ചുകൊണ്ടിരിക്കുമ്പോൾ, അയാൾ സാമൂഹ്യപരമായ ഒരു നാടുകടത്തലിന് വിധേയമാകും; മറവിയുടെ പാതാളച്ചതുപ്പിലേക്ക്

19

പൂണ്ടുപോകും. ഞാനിപ്പോൾ കാൽതൊട്ട് ശരീരത്തിന്റെ പകുതിവരെ പൂണ്ടുകഴിഞ്ഞു. ഇതെന്റെ ഭൂതകാലം തന്നെയാണെന്നത് ക്രൂരമായ സത്യം. മറ്റേ പാതിയാകട്ടെ എന്റെ ഭാവികാലമല്ലാതെ മറ്റെന്താണ്? ഇവയ്ക്കു നടുവിലെ എന്റെ ഭ്രാന്തമായ രാപ്പകലുകൾക്കു മുന്നിലൂടെ അർത്ഥശൂന്യമായ റെയിൽപ്പാളങ്ങൾ. അവയിലൂടെ മനുഷ്യനേത്രങ്ങൾക്ക് പിന്തുടരാനാവാത്ത വിധം വേഗത്തിൽ ചിതറിപ്പാഞ്ഞകലുന്ന ഒറ്റപ്പെട്ട തീവണ്ടികൾ, അവയുടെ മുഴക്കങ്ങൾ. ഞാൻ ഈ പച്ചക്കൊടി വീശുന്നതു പോലും എന്തിനാണെന്ന് പലപ്പോഴും തോന്നിയിട്ടുണ്ട് സാർ. ഈ കൊടിയെ ആരെങ്കിലും ഗൗനിക്കുന്നുണ്ടോ എന്നെങ്കിലും ദയവായി അറിയിക്കാമോ?

ഇത്രയും എഴുതിക്കഴിഞ്ഞപ്പോഴേക്കും അയാൾക്ക് ഏകാഗ്രത നഷ്ടപ്പെട്ടു. ദൂരെനിന്ന് ഒരു ഇരമ്പൽ കേൾക്കുന്നുവോ? ഒരു തീവണ്ടിയുടെ? പാസഞ്ചറോ? ചരക്കുവണ്ടിയോ?

വിനിമയം ചെയ്യാനാവാത്ത പ്രണയം പോലെ അതയാളെ എന്നും ശ്വാസം മുട്ടിച്ചിരുന്നു. സത്യത്തിൽ, മാസ്റ്ററെ ലോകജീവിതവുമായി ബന്ധിപ്പിച്ചിരുന്ന ഏകകണ്ണി ശാപ്പാട്ടിയായിരുന്നു. ശാപ്പാട്ടിയെന്നാൽ ഏകദേശം മനുഷ്യരൂപമുള്ള വേലക്കാരൻ. വേലക്കാരനെന്ന പദം എത്രകണ്ട് യോജിക്കും എന്നറിയില്ല. വിശക്കുമ്പോഴൊക്കെ ഒരേ രുചിയുള്ള താളമേളങ്ങൾ ലയിപ്പിച്ചെടുത്ത ഭക്ഷണവുമായി അയാൾ വരും. ശാപ്പാട്ടിയുടെ അറപ്പിക്കുന്ന അവയവങ്ങളും വെറുപ്പിന്റെ ഗോത്രപ്പൊലിമയുള്ള കണ്ണുകളും മലത്തിനു മീതെ ആർത്തുപറക്കുന്ന ഈച്ചയെ ഓർമ്മിപ്പിച്ചു. മേലധികാരികൾക്കുള്ള കത്തുകൾ റജിസ്റ്റർ ചെയ്യാൻ ശാപ്പാട്ടിയെയാണ് മാസ്റ്റർ ആശ്രയിച്ചിരുന്നത്. മാസശമ്പളമെന്ന പേരിൽ അയാളെന്തോ കൊണ്ടുവന്നു തരുന്നു. അയാൾ കൊണ്ടുവരാറുള്ള ദിനപത്രങ്ങൾ പോലും വ്യാജമാണെന്ന് മാസ്റ്റർക്കനുഭവപ്പെട്ടിരുന്നു.

മാസ്റ്റർ പതിവുപോലെ ചോദിക്കും:

"നിങ്ങൾ ആ കത്തുകൾ റജിസ്റ്റർ ചെയ്തിരുന്നില്ലേ?"

"മേലധികാരികളെക്കണ്ട് നിങ്ങൾക്കൊന്ന് എന്റെ കാര്യം പറയരുതോ?"

"പകരം ഒരാളെ ഒരേയൊരു ദിവസത്തേക്കെങ്കിലും" എന്ന എന്റെ അപേക്ഷ അറിയിച്ചുവോ?"

ശാപ്പാട്ടി എല്ലാം അലസമായി കേൾക്കും. പിശാചിനും മനുഷ്യനുമിടയിലെ ഇടനിലക്കാരന്റേതുപോലെയായിരുന്നു അപ്പോഴയാളുടെ ഭാവം.

ശാപ്പാട്ടിയുടെ നിസ്സംഗതയും അശ്രദ്ധമായ പ്രതികരണവും കണ്ട് പലപ്പോഴും മാസ്റ്റർ പൊട്ടിത്തെറിച്ചു:

“എവിടെയാണ് നിങ്ങൾ ശ്രദ്ധിക്കുന്നത്? നിങ്ങൾ ഞാൻ പറയുന്നത് കേൾക്കുന്നുണ്ടോ? എന്റെ കത്തുകളും പരാതികളും നിങ്ങൾ മേലധി കാരികളെ അറിയിക്കുന്നുണ്ടോ?”

അയാൾ ശൂന്യമായ കണ്ണുകളോടെ മാസ്റ്ററെ നോക്കും. എത്രയോ നൂറ്റാണ്ടുകളായി ആവർത്തിക്കപ്പെടുന്ന നോട്ടം. മാസ്റ്റർ അതോടെ കൊടിയ സങ്കടമടക്കാൻ പാടുപെടും.

“ഞാൻ ഡ്യൂട്ടിയുപേക്ഷിച്ച് എന്റെ പാട്ടിനു പോകും. എനിക്കിത് ഉപേക്ഷിക്കാൻ കഴിയില്ലെന്ന് നിങ്ങൾ വിചാരിക്കുന്നുണ്ടോ?”

അയാൾ കൃഷ്ണമണിയില്ലാത്ത കണ്ണുകളായി നില്ക്കും.

അന്നും ഇതേ രംഗത്തിന്റെ ഒരാവർത്തനം കൂടി നടന്നു.

താൻ പതിവിലുമേറെ പ്രകോപിതനായെന്നും ഈ കിതപ്പ് വയസ്സാ കലിന്റേതുമാണെന്നും അയാളോർത്തു.

ഉപേക്ഷിക്കാനാവാത്ത ശിക്ഷയായി ഒരു നന്മ തന്നെ കാർന്നു തിന്നു ന്നത് അയാളറിഞ്ഞു. തനിക്ക് ഈ സ്റ്റേഷനിൽ സമർപ്പിക്കാനുള്ള സേവനം ഒന്നേയുള്ളൂവെന്നും. അപകടങ്ങൾക്ക് താനായി കാരണമാവരുത്. ഒരേ പാളങ്ങളിൽ രണ്ടു തീവണ്ടികളോടരുത്. പിഞ്ചു കുഞ്ഞുങ്ങൾ അലറി ക്കരയരുത്. കുഞ്ഞുങ്ങൾ നഷ്ടപ്പെട്ട അമ്മമാരുണ്ടാവരുത്, വിധവകളു ണ്ടാവരുത്. അയാൾ കഠിനതടവിന്റെ ചങ്ങലയുരയുന്ന ശബ്ദം കേട്ടു. തനിക്കീ സ്റ്റേഷൻ വിട്ട് പുറത്തുകടക്കാൻ ആവില്ലേ? അയാളുടെ ആത്മാവിനെ ഞെട്ടിച്ചുകൊണ്ട് വളരെ അപ്രതീക്ഷിതമായി ഒരു തീവണ്ടി അലറിപ്പാഞ്ഞുപോയി. അയാൾ മിന്നൽവേഗത്തിൽ സ്റ്റേഷനകത്തു ചെന്ന് കൊടിയെടുത്തുയർത്തി. കടമ നിറവേറ്റിയ സംതൃപ്തിയാണോ താൻ, അതോ നിരർത്ഥകതയുടെ ആൾരൂപമോ? ഓരോ തീവണ്ടി കടന്നു പോകുമ്പോഴും അയാളെ ഈ ചിന്ത മണിക്കൂറുകളോളം വേട്ടയാടി.

അതിന്റെ ഒടുവിൽ അയാൾ മേലുദ്യോഗസ്ഥന്മാർക്ക് കത്തുകളെഴുതി. വേദനയാലും മനോപീഡനങ്ങളാലും അയാൾ ഒരു ഹർജിയിൽ പാലി ച്ചിരിക്കേണ്ട സർക്കാർ ഭാഷപോലും മറന്നുപോയി. അത് ദീനമായ ഒരു വിലാപകാവ്യമായി താണുപോകാതിരിക്കാൻ ഏറെ സംയമനം പാലി ച്ചിരുന്നു അയാൾ.

ഹർജിയിൽ ഒരിക്കലയാൾ എഴുതി:

എന്തിനാണ് സാർ, ഇതുവഴി ഫോൺകമ്പികൾ കടന്നുപോകുന്നത്? ഒരിക്കൽപ്പോലും ആശയക്കൈമാറ്റം ചെയ്യാൻ കൂട്ടാക്കാത്ത തെമ്മാടി യായ ഭരണാധികാരിയാണോ ഇതിങ്ങനെ മുറുക്കിക്കെട്ടിയത്?

സ്റ്റേഷൻ പരിസരം വിട്ടു പുറത്തുപോകാൻ അയാൾക്കൊരിക്കലും ധൈര്യം കിട്ടിയില്ല. ഒരിക്കലും എന്നു പറഞ്ഞുകൂടാ. ഒരേയൊരു തവണ

അതയാൾ ചെയ്തു. പാളങ്ങളിൽ തീവണ്ടിയുടെ മുഴക്കം ശ്രദ്ധിച്ചുപിടിച്ചു കരുതലോടെ ഏതാനും വാര അയാൾ പാളത്തിലൂടെ നടന്നുനോക്കി. നല്ല മഞ്ഞുള്ള ഒരു പ്രഭാതത്തിലായിരുന്നു അത്.

അയാൾ കണ്ടു–

വഴിവക്കിൽ ദുർഭൂതം പോലെ ടെലിഫോൺ പോസ്റ്റുകൾ. പക്ഷികൾ എന്തോ കണ്ടു ഭയന്നിട്ടെന്നപോലെ ഒറ്റമരം വിട്ടു പറന്നകലുന്നു.

സ്റ്റേഷൻ വിട്ടുള്ള ഓരോ ചുവടുവയ്പ്പും അയാൾക്ക് തികഞ്ഞ നിരുത്തരവാദിത്തമായി അനുഭവപ്പെട്ടു. കടമയും അധികാരവും ചേർന്ന് നിസ്സഹായവും കഠിനവുമായ പാപബോധത്തിലേക്ക് അയാളുടെ ഹൃദയ മിടിപ്പ് വർദ്ധിച്ചു വർദ്ധിച്ചു വന്നു. ദുർഗ്രാഹ്യമായ അകലങ്ങളിൽ മഞ്ഞു മൂടിയിരുന്നു. നീണ്ടുപോകുന്ന പാളങ്ങളിൽനിന്നു ശബ്ദത്തിന്റെ നേരിയ തരി ഭൂമിയിലേക്കു വീണുവോ? തീവണ്ടി വരികയാണോ? ദൈവമേ, അനാഥമായ എന്റെ റെയിൽവേസ്റ്റേഷൻ. അയാൾ ഭയപ്പാടോടെ തിരിച്ചോടി കൊടിയെടുത്തു വീശാൻ തയ്യാറായി നിന്നു.

ശാപ്പാട്ടി പല തവണ വന്നു. അയാൾ പിശാചിന്റെ മുഖം കഴുകിയിരുന്നില്ല. ഏകാന്തതയെ അതിജീവിക്കാൻ മാസ്റ്റർ തന്റെ വിശ്രമമുറിയിൽ ആൾക്കണ്ണാടികളും സുഖഭോഗവസ്തുക്കളും നിറച്ചു. നിറഞ്ഞു നില്ക്കുന്ന ഒരു ആൾക്കൂട്ടത്തിന്റെ ചിത്രം അയാൾ ചുമരിൽ ഒട്ടിച്ചുവച്ചു. ഏകാന്തതയെ മറികടക്കാൻ ശ്രമിച്ചു. ആദ്യമൊക്കെ വല്ലാത്ത വിരസത തോന്നുമ്പോൾ കണ്ണാടിക്ക് മുന്നിൽ ഏറെനേരം തന്നെത്തന്നെ നോക്കി നില്ക്കുകയും മറ്റാരും കാണുന്നില്ലെന്ന ഉറപ്പിൽ വിവിധതരം ഗോഷ്ടികൾ കാണിക്കുകയും ചെയ്തു. അതും മടുത്തു തുടങ്ങിയപ്പോൾ കണ്ണാടിക്കു മുന്നിലിരുന്ന് അയാൾ നൃത്തം ചെയ്തു. നർത്തകൻ മറ്റൊരാളെന്നും താനത് കാണുകയാണെന്നും സങ്കല്പിച്ചായിരുന്നു നൃത്തം. ക്രമേണ ഇതും ഒരസംബന്ധമായി അയാളെ മുഷിപ്പിച്ചു.

അധികം താമസിയാതെ അയാൾ സൗന്ദര്യവസ്തുക്കളും അലങ്കാര പദാർത്ഥങ്ങളും വലിച്ചെറിഞ്ഞു. എല്ലാ ഉപഭോഗവസ്തുക്കളിലും മാസ്റ്റർക്ക് അജ്ഞാതമായൊരു ശവസാന്നിദ്ധ്യമനുഭവപ്പെട്ടു. വീണ്ടും പ്രാചീനഗന്ധമുള്ള ആ റെയിൽവേസ്റ്റേഷനും തീവണ്ടിക്കായുള്ള കാത്തിരിപ്പും ഏകാന്തതയും ചൂടുകാറ്റും അയാളെ വേട്ടയാടി.

രണ്ട്

കടന്നുപോയ വർഷങ്ങളിൽ ഒരിക്കൽപ്പോലും ഒരു തീവണ്ടിയുടെ വരവും അയാൾ അറിയാതിരുന്നിട്ടില്ല. ഒരു തീവണ്ടിക്കു പോലും അയാൾ കൊടി വീശിക്കൊടുക്കാതിരുന്നിട്ടില്ല. അയാൾക്ക് വയസ്സായിക്കൊണ്ടിരുന്നു. അയാളാകട്ടെ മേലധികാരികൾക്കു ഹർജികൾ അയച്ചു

കൊണ്ടിരുന്നു. താൻ നിയമിക്കപ്പെട്ട തിയതിയും എഴുതിയ പരീക്ഷകളും നേടിയ പരിശീലനങ്ങളും പോലും അയാളുടെ ഓർമ്മകളുടെ ശ്മശാന ങ്ങളിൽ കബറടക്കപ്പെട്ടിരുന്നു. അങ്ങനെയിരിക്കെ, ശിശിരകാലം കടന്നു പോയ ഒരുനാൾ മാസ്റ്റർക്ക് തോന്നി, തന്നെപ്പോലൊരാൾ ഈ പാള ങ്ങളുടെ രണ്ടറ്റങ്ങളിലും ഉണ്ടായിരിക്കില്ലേ? ഉണ്ടാകും. പാളങ്ങളിലൂടെ നേരെ നടന്നാൽ അവയിലൊരാളെ തീർച്ചയായും കണ്ടുമുട്ടാം. പക്ഷേ, സ്റ്റേഷൻ ഉപേക്ഷിക്കാൻ വയ്യ. അതിനിടയിൽ ഏതെങ്കിലും തീവണ്ടി കടന്നുപോയാലോ? നിരുത്തരവാദിയായ ഒരുദ്യോഗസ്ഥൻ ചലനമുള്ള ഒരു ശവം മാത്രമാണ്. ലക്ഷണമൊത്ത ക്രിമിനലുമാണയാൾ.

പെട്ടെന്ന് അയാൾക്കൊരാശയം തോന്നി:

വർഷങ്ങളുടെ മറവിയിലൂടെ നൂറായിരം ഉരുക്കുതീവണ്ടികൾ ഇതു വഴി കടന്നുപോയിട്ടുണ്ട്. ഒരിക്കൽപോലും ഒരു തീവണ്ടി ഡ്രൈവറെയും താൻ കണ്ടിട്ടില്ല. ഒരാളും എന്നെ അഭിവാദ്യം ചെയ്തിട്ടില്ല. പകലുകളിൽ, പാതിരാവുകളിൽ ഏതോ പ്രേതവാഹനം പോലെ അവ കടന്നുപോവുക മാത്രമായിരുന്നു. തന്റെ അസ്തിത്വത്തിന് ഒരു പ്രത്യഭിവാദനവും അവ തന്നിട്ടില്ല. ആയതിനാൽ-ആയതിനാൽ അയാൾ തന്റെ യൂണിഫോമിൽ വൈക്കോൽ നിറച്ച് ഒരു പാവയുണ്ടാക്കി. ഒരു പച്ചക്കൊടിയും പിടിച്ച് അത് സ്റ്റേഷനിൽ നിന്ന് പാളത്തിലേക്ക് അല്പം കുനിഞ്ഞ നിലയിൽ നിർത്തി. ശാപ്പാട്ടിയിൽ നിന്ന് അയാൾ എല്ലാം ഒളിപ്പിച്ചു വച്ചിരുന്നു. ഏതോ അധോലോകഭരണാധികാരിയുടെ ചാരനാണയാൾ.

എല്ലാം ഭംഗിയായ നിലയിലാണെന്ന് കണ്ടപ്പോൾ മാസ്റ്റർ സ്റ്റേഷൻ വിട്ട് നടക്കാൻ തുടങ്ങി. ഓരോ ചുവടുവപ്പും കൊടിയ ഭാരമായി ഭൂമിയിൽ പതിച്ചു. ദുർഭൂതങ്ങൾ പാർക്കുന്ന ടെലിഫോൺ പോസ്റ്റുകളിൽ മുറുക്കിക്കെട്ടിയ കമ്പികളിൽ കാറ്റടിച്ചു. അവയുടെ മൂളൽകേട്ട് ജീവിത ത്തിലാദ്യമായി മാസ്റ്റർക്ക് ഭയം തോന്നിയില്ല. സ്റ്റേഷൻ വിട്ടകലുന്തോറും അയാൾക്ക് താൻ പുതിയ ഭൂമിയിലേക്കു പുതുതായി പിറക്കുന്നതായി തോന്നി. ഒറ്റ മരത്തിൽ നിന്നും എന്തുകൊണ്ടോ പക്ഷികൾ ഭയന്നു പറന്നില്ല. അവർ തികച്ചും അപരിചിതനും നല്ലവനുമായ ഒരു മനുഷ്യനെ യെന്നപോലെ അയാളെ നോക്കി.

തന്റെ സ്റ്റേഷൻ ഇപ്പോൾ അകലെ ഒരു പൊട്ടുപോലെ മാസ്റ്റർ തിരിച്ച റിഞ്ഞു. ഇരുവശത്തുമുള്ള മരുപ്പറമ്പുകൾക്ക് നനുത്ത നിറമുണ്ടെന്ന് അയാൾക്കു തോന്നി. സ്റ്റേഷനെ ചൂഴ്ന്നുനിന്നിരുന്ന പൗരാണികഗന്ധം തന്നെ വിട്ടുപോകുന്നതായി മാസ്റ്റർ തിരിച്ചറിഞ്ഞു. അകലെ ഒരു പക്ഷി പാടിയോ? സുഗന്ധലേപനം പൂശിയ ഒരു കാറ്റ് തന്നെ ചുംബിച്ചുവോ? പാളങ്ങളിലൂടെ മുന്നോട്ടു പോകുന്തോറും യാത്രയ്ക്ക് ആന്തരികമായൊരു

താളവും സുഖവും കൈവരുന്നതായി മാസ്റ്റർ അറിഞ്ഞു. ഈ വിജനത യിൽ ദൂരങ്ങളായി മറഞ്ഞുനില്ക്കുന്ന ദുരൂഹത കാഴ്ചയിൽനിന്നു വിട്ടു തുടങ്ങുന്നു. ഇതാ പാളങ്ങളുടെ ഒരു വഴിത്തിരിവ്. മാസ്റ്റർ നടുങ്ങി: പാളങ്ങൾ വഴിതിരിഞ്ഞു പോകുന്നത് ഒറ്റയ്ക്കാണ്. പാളങ്ങൾ ഒറ്റ പ്പാളമായി ഇണപിരിഞ്ഞ് വീണ്ടും ദൂരങ്ങളിലേക്ക്. ദൈവമേ, അപ്പോൾ എന്റെ വണ്ടികളും ഒരായുഷ്കാല ദൃക്സാക്ഷിത്വങ്ങളും എന്തിനാ യിരുന്നു?

മാസ്റ്റർക്ക് കരച്ചിലടക്കാനേ കഴിഞ്ഞില്ല. ∎

മതഭ്രാന്തൻ

ആരും സമ്മതിക്കും ഭ്രാന്തന്മാർക്കു മതമില്ല. കാലം, ദേശം എന്നിവയെച്ചൊല്ലിയുള്ള തർക്കങ്ങളും അവർക്കു ബാധകമല്ല. നഗരത്തിൽ പുതുതായി എത്തിയ ഭ്രാന്തന് മതമില്ലാത്തതുകൊണ്ടുതന്നെ പേരുണ്ടായിരുന്നില്ല. ഏതോ ചെറിയൊരാൾക്കൂട്ടം കൊഴുത്തുനാറിയ അയാളുടെ വസ്ത്രങ്ങൾ വലിച്ചുകീറുകയും താടിമുടികൾ ഒന്നു സൈസ് ചെയ്ത്, പബ്ലിക് ടാപ്പിനു മുന്നിൽ അയാളെ കുനിച്ചുനിർത്തി ബലപൂർവം കുളിപ്പിച്ച് അകാലത്തു മരിച്ചുപോയ ഏതോ ചെറുപ്പക്കാരന്റെ അധികം ഉപയോഗിച്ചിട്ടില്ലാത്ത വസ്ത്രങ്ങളുടുപ്പിച്ചു. മാനവികതയിൽ അടിയുറച്ചു വിശ്വസിക്കുന്നവർ മാത്രമായിരുന്നില്ല, ആ ചെറിയ ആൾക്കൂട്ടം മാന്യന്മാർകൂടിയായിരുന്നു. അതുകൊണ്ട് ഏതോ ദീർഘദൂരബസ്സിൽ കയറ്റിവിട്ടതാവാം. ബസ്സ്റ്റോപ്പിൽ നിർത്തിയിട്ട അവസാന ബസ്സിൽ ഇരുട്ടിൽ തളർന്നുറങ്ങുന്ന അയാളെ ഡ്രൈവറും കണ്ടക്ടറും ഏറെ നേരം നീണ്ടുനിൽക്കുന്ന തർക്കത്തിനു വിധേയമാക്കിയതിനുശേഷം വലിച്ചു പുറത്തിട്ടതാവാം... കാര്യം എന്തൊക്കെയായാലും താൻ എത്തിപ്പെട്ട തികച്ചും അപരിചിതമായ ആ നഗരത്തിൽ അയാൾ പക്ഷേ തികഞ്ഞ സുപരിചിതനെപ്പോലെയായിരുന്നു പെരുമാറിയത്.

ഭ്രാന്ത് ഒരു അന്ധവിശ്വാസമാണ്. എല്ലാമറിയാം എന്നു വിശ്വസിക്കുന്ന സന്തോഷകരമായ ഒരുതരം അജ്ഞത അതിനകത്തുണ്ട്. എത്രയോ നാഴികകൾക്കിപ്പുറം പുറന്തള്ളിയിട്ടും അയാൾ തന്റെ ഉന്മാദത്തിന്റെ പൊട്ടിപ്പൊളിഞ്ഞ വാസ്തുവിൽ തന്റേതായ മുറികളും തീൻമേശകളും ചിന്താമുറികളും ഘടിപ്പിച്ചു. യാഥാർത്ഥ്യത്തിനുമേൽ അയാളുടെ യാഥാർത്ഥ്യം എന്ന സ്ഥലകാലം ഏതു ഖരവസ്തുക്കളെയും ഭാരരഹിതമാക്കി. തന്റെ കുപ്പായത്തിന്റെ കീശയിലിടാവുന്നതേയുള്ളൂ അയാൾക്ക് ഒരു വീട്. ഒരു കെട്ടിടസമുച്ചയം. എന്തിനേറെ ഒരു മാഹനഗരംപോലും. പക്ഷേ വിശപ്പ് അങ്ങനെയായിരുന്നില്ല. ഭ്രാന്തിനെപ്പോലും കടിച്ചുകുടയുമത്. ഒരു പട്ടിയുടെ ഘ്രാണശക്തിയിലേക്കു പരകായപ്രവേശം നടത്തി അയാൾ നഗരത്തിന്റെ കോണുകളിൽ ആർത്തിയോടെ അലഞ്ഞു തിരിഞ്ഞു.

ഭക്ഷണത്തിനുവേണ്ടിയുള്ള അന്വേഷണം അയാളെ എത്തിച്ചത് വൈഫൈ അടക്കമുള്ള പല അത്യന്താധുനിക സംവിധാനവും അടുത്തിടെ ഇൻസ്റ്റാൾ ചെയ്ത്, കേന്ദ്രമന്ത്രിയും ശിങ്കിടികളും വന്ന് ഉദ്ഘാടനം ചെയ്തുപോയ ആ ബഹുനില കെട്ടിടത്തിനടുത്തായിരുന്നു. സാറ്റ ലൈറ്റിൽനിന്ന് നേരിട്ട് ഇര പിടിക്കുന്ന ഒരു കെട്ടിടത്തിനരികെ വഴി തെറ്റി വെച്ചതുപോലെ ഒരു ചവറുവീപ്പ ഉണ്ടായിരുന്നു. ചവറുവീപ്പയുടെ കാര്യത്തിൽ നാം അത്രയേറെ ആധുനികവത്കരിക്കപ്പെട്ടിട്ടില്ല. അതെത്ര നന്നായി. സീനിയർ ടെലികോം ഉദ്യോഗസ്ഥനായ ശാരംഗപാണി, ഭാര്യ പ്രത്യേകം വാഴയിലയിൽ പാക്ക് ചെയ്തുകൊടുത്ത ഉച്ചയൂണ് കെട്ടു പൊട്ടിക്കാതെ വീപ്പയിൽ കൊണ്ടുപോയി ഇടുകയായിരുന്നു. ശാരംഗ പാണിയുടെ അതികലശലായ ഉദരാസ്വാസ്ഥ്യം അങ്ങനെ ഭ്രാന്തന് വിഭവ സമൃദ്ധമായ ഒരു ഉച്ചഭക്ഷണമായി കലാശിച്ചു.

അളവറ്റ ആഹ്ലാദത്തോടെ അയാളതുമായി വലിച്ചുനടക്കുകയും നഗര ത്തിലെ ഊടുവഴിയിലേക്ക് ഉൾവലിയുകയും ഒരു പൈപ്പിൻചുവട്ടിൽ നിന്ന് വാരിവലിച്ചു തിന്നുകയും ചെയ്തു. എന്തിനേറെ സ്ഥിരബുദ്ധിയുള്ള ആളെപ്പോലെ ഒന്നുരണ്ടു തവണ ഏമ്പക്കംപോലും വിട്ടു.

അടുത്തത്, സിവിൽസ്റ്റേഷനിൽ പുതുതായി ജോലിക്കു കയറിയ എൽ.ഡി. ക്ലാർക്ക് സുരേഷ്കുമാർ കെ.കെ. ഉച്ചയ്ക്കുശേഷം ഒപ്പിട്ടു മുങ്ങാൻ അയാൾ ഇതിനകം പരിശീലനം നേടിക്കഴിഞ്ഞിരുന്നു. നഗര ത്തിലെ തിയേറ്ററിൽനിന്ന് ഒരു അശ്ലീലപടം കാണാനുള്ള ധൃതിപിടിച്ചുള്ള നടത്തമാണ്. ഒരു സിഗരറ്റെടുത്തു കത്തിക്കുന്നതിനിടയിൽ മറ്റൊരെണ്ണം താഴെ വീണു. ഭ്രാന്തനന്നു കുശാൽതന്നെ. വിലകൂടിയ ആ സിഗരറ്റെ ടുത്ത് ചുണ്ടിൽവെച്ച് എതിരെ വന്ന പി.എം. ബാലകൃഷ്ണനി(നഗര ത്തിലെ കുറിക്കമ്പനിയിൽ റിസീവർ)ൽ നിന്ന് തീ വാങ്ങി, സിഗരറ്റിൽ പിടിപ്പിച്ച് ഒരു ജ്വല്ലറിയുടെ പരസ്യമുള്ള അരമതിലിൽ ചാരി പുകവിട്ടു രസിക്കവേ, ഭ്രാന്തനെപ്പോലും ഞെട്ടിച്ചുലച്ചുകൊണ്ട് എന്തോ പൊട്ടിത്തെ റിക്കുന്ന ശബ്ദം കേട്ടു. പെട്ടെന്ന് നഗരത്തിന്റെ കലപിലകളെ നിശ്ചല മാക്കിക്കൊണ്ട് നൂറുകണക്കിന് പൊലീസ് ജീപ്പും ആംബുലൻസ് വണ്ടികളും ഫയർ സർവ്വീസ് വാഹനങ്ങളും ടി.വി ചാനലിന്റെ ഒ.ബി. വാനുകളും തലങ്ങും വിലങ്ങും കുതിച്ചു. ഒന്നും മനസ്സിലാകാതെ ജനം തരിച്ചുനിൽക്കേ, സിവിലിയന്മാർക്കുള്ള മുന്നറിയിപ്പുകളും നിർദ്ദേശങ്ങളും നിറച്ച അനൗൺസ്മെന്റുകൾ മുഴങ്ങി.

ജനങ്ങളുടെ പ്രത്യേക ശ്രദ്ധയ്ക്ക്,

സി.ആർ.പി.സി. റൂൾ 144 പ്രകാരം നഗരത്തിൽ കൂട്ടംകൂടി നിൽക്കു കയോ മുദ്രാവാക്യം മുഴക്കുകയോ പൊതുയോഗങ്ങൾ സംഘടിപ്പിക്കു കയോ ചെയ്യുന്നത് നിരോധിച്ചിരിക്കുന്നു. ആളില്ലാത്ത സ്യൂട്ട്കേസുകൾ,

പെട്ടികൾ, റേഡിയോ, ടെലിവിഷൻ, കമ്പ്യൂട്ടറുകൾ, മൊബൈൽ ഫോണുകൾ എന്നിവ കണ്ടാൽ എടുക്കരുത്. ഉടൻ പൊലീസ് കൺട്രോൾ റൂമിൽ വിളിച്ചറിയിക്കേണ്ടതുമാണ്. ആരെങ്കിലും അസ്വാഭാവികമായി പെരുമാറുകയോ സംശയാസ്പദമായ നിലയിൽ പ്രവർത്തിക്കുകയോ ചെയ്താലും ഉടൻ കൺട്രോൾ റൂമിൽ വിവരമറിയിക്കേണ്ടതാണെന്ന് പൊലീസ് ഡിപ്പാർട്ടുമെന്റ് അറിയിച്ചുകൊള്ളുന്നു. പൊതുജനങ്ങളുടെ പ്രത്യേക ശ്രദ്ധയ്ക്ക്, സി.ആർ.പി.സി. റൂൾ 144 പ്രകാരം നഗരത്തിൽ കൂട്ടംകൂടി നിൽക്കുകയോ...

നഗരത്തിൽ പലയിടങ്ങളിലായി അതിമാരകശേഷിയുള്ള ബോംബുകൾ പൊട്ടിത്തെറിച്ചതായി നിമിഷങ്ങൾക്കകം ശ്രുതി പരന്നു. ആളുകൾ സംശയചിത്തരായി പരക്കംപാഞ്ഞുതുടങ്ങി.

അവസാനത്തെ പുകയും വിട്ട് ചെറുചിരിയോടെ ഭ്രാന്തൻ എല്ലാം കേൾക്കുന്നുണ്ടായിരുന്നു. അയാൾ ആത്മഗതംപോലെ പറഞ്ഞു: ഇങ്ങനെയുമുണ്ടോ ഒരു ഭ്രാന്ത്.

ഡി.ഐ.ജി. കെ.എം. കുരുവിള, സ്പെഷ്യൽ ബ്രാഞ്ചിലെ ജയരാജ്, സ്പെഷ്യൽ ഇൻവെസ്റ്റിഗേറ്റീവ് ടീമിലെ എൻ.എസ്. സ്വാമി, ക്രൈം ബ്രാഞ്ച് എസ്.പി. നാസിമുദ്ദീൻ, സിറ്റി കമ്മീഷണർ ജഗജിത്ത്, ആന്റി ടെററിസ്റ്റ് വിങ്ങിലെ വിജയൻ, ഹോം സ്പെഷ്യൽ സെക്രട്ടറി വിനുലാൽ, ഫോറൻസിക് വിഭാഗം മേധാവി ഡോ. മാത്യു ഉലകത്തിൽ എന്നിവരുടെ സവിശേഷവും ഗൗരവതരവുമായ ഒരു കൂടിയാലോചനായോഗമായിരുന്നു, ഗൂഢഗന്ധമുള്ള ആ മുറിയിൽ. സ്പെഷ്യൽ വിങ്ങിലെ പ്രധാനോദ്യോഗസ്ഥനായ എൻ.എസ്. സ്വാമി അങ്ങേയറ്റം അക്ഷമനായിരുന്നു. ഓരോ അഞ്ചു മിനുട്ടിലും ഡൽഹി ഹോം ഡിപ്പാർട്ടുമെന്റിൽ നിന്ന് വിളിച്ചുകൊണ്ടിരിക്കുന്നു: It must be reported within 24 hours.

ഇത്രയും ആസൂത്രിതമായ സ്ഫോടനങ്ങൾക്കു പിന്നിൽ ആരാണ്? അവരുടെ ഫൈനൽ ടാർജറ്റ് എന്തായിരുന്നു? സ്ഫോടനത്തിന്റെ സ്വഭാവം, മുൻസ്ഫോടനങ്ങളുടെ കേസ് ഹിസ്റ്ററി, എല്ലാമെല്ലാം നിമിഷങ്ങൾക്കുള്ളിൽ ഹാജരാക്കപ്പെട്ടുകഴിഞ്ഞു. കാലത്ത് ഏഴുമണിക്കു തുടങ്ങിയ ഡിസ്കഷൻ രണ്ടര കഴിഞ്ഞിട്ടും എങ്ങുമെത്തിയില്ല. ലഞ്ചു കഴിഞ്ഞാവാം എന്നു വിചാരിച്ച് എഴുന്നേൽക്കാൻ തുടങ്ങുമ്പോഴാണ് ഒരു അടിയന്തരസന്ദേശം സിറ്റി കമ്മീഷണർക്കു വരുന്നത്. സകലതും അരിച്ചുപെറുക്കിയതിൽനിന്നു വിട്ടുപോയ ഒരെണ്ണം. പുതുതായി ഓപ്പൺ ചെയ്ത വൈഫൈ ടെലികോം കെട്ടിടസമുച്ചയത്തിൽവെച്ച ഒളികാമറയിൽ സംഭവങ്ങളുടെ ചുരുളഴിച്ചേക്കാവുന്ന ഒരു രഹസ്യം. പാനിങ് ഷോട്ടാണ്. ചെറിയൊരു ദൃശ്യം. കൂടിയാൽ നാലു സെക്കൻഡ്.

നഗരത്തിന്റെ വിവിധഭാഗങ്ങളിൽ സംഭവിച്ച പതിന്നാലു സ്ഫോടനങ്ങളിലൊന്ന് ടെലികോം കോർണറിലാണ്. വെയ്റ്റ്സുവീപ്പയിൽ നിന്നാണ് അതു സംഭവിച്ചതെന്ന് ഫോറൻസിക് വിഭാഗം ഐഡന്റിഫൈ ചെയ്തു കഴിഞ്ഞതാണ്. കഴുത്തിനുള്ള വ്യായാമം ചെയ്യുന്ന ഒരാളെപ്പോലെ ചലിക്കുന്ന ഒളിക്യാമറയിൽ വളരെ സാധാരണമെന്നു തോന്നുന്ന ഒരു ഷോട്ട്! പക്ഷേ അതീവനിർണായകം! നിർഭാഗ്യവശാൽ വിശദാംശങ്ങളില്ല, റിവോൾവിങ് പൊസിഷനാണ്.

അപ്പോഴേക്കും ഫ്ളാഷ് ഡ്രൈവിൽ ട്രാൻസ്ഫർ ചെയ്ത വിഷൽ പീസുമായി സി.ഐ. മോഹനൻ കുതിച്ചെത്തിക്കഴിഞ്ഞിരുന്നു.

സ്ഫോടനവുമായി ബന്ധപ്പെട്ട അന്വേഷണത്തിനായി നഗരത്തിന്റെ തലങ്ങും വിലങ്ങും നാനൂറിലേറെ പൊലീസുദ്യോഗസ്ഥരെ രഹസ്യമായും പരസ്യമായും വിന്യസിച്ചുകഴിഞ്ഞിരുന്നു. അതിലൊരാൾ മാത്രമാണ് സി.ഐ. മോഹനൻ. ഫ്ളാഷ് ഡ്രൈവ് കമ്മീഷണർക്കു കൈമാറി മോഹനൻ കനത്ത സല്യൂട്ടടിച്ചു പിൻവാങ്ങി.

നേരത്തെ തയ്യാറാക്കിവെച്ച സ്ക്രീൻ തെളിഞ്ഞു. സംശയാസ്പദമായ രംഗത്തിന്റെ നാലു സെക്കൻഡുകൾ. വിശദാംശങ്ങളില്ല. ടെലികോം കോർണറിലെ വീപ്പയിൽ താടിക്കാരനായ ഒരാൾ ഒരു പൊതി കൊണ്ടു വെക്കുകയാണോ? എടുക്കുകയാണോ? രംഗം പലതവണ റീപ്ലേ ചെയ്തു നോക്കി... ഒരവ്യക്തത. സ്പെഷ്യൽ വിങ്ങിലെ എൻ.എസ്. സ്വാമി അലറി - ഇതവൻതന്നെ! ലഷ്കർ ഭീകരൻ! ഒന്നു സ്ലോമോഷനിൽ പ്ലേ ചെയ്തേ. വീപ്പയിൽനിന്നുള്ള പൊതി എടുക്കുകയാണോ വെക്കുകയാണോ? പലതവണ പ്ലേ ചെയ്തതിൽ രണ്ടിടത്താണ് മുട്ടിനിൽക്കുന്നത്. ഒന്നാം പകുതി - കൈയിൽ ഒരു പൊതി. രണ്ടാംപകുതി - കൃത്യനിർവഹണത്തിനിടയ്ക്കു തിരിഞ്ഞ് സംശയാസ്പദമായി ആൾക്കൂട്ടത്തെ ഒന്നു പാളി നോക്കുന്നു.

പൊതി എടുക്കുകയല്ലേ സാർ എന്ന ആന്റി ടെററിസ്റ്റു വിങ്ങിലെ വിജയന്റെ സംശയത്തെ രൂക്ഷമായ ഒരു നോട്ടംകൊണ്ട് എൻ.എസ്. സ്വാമി നിശ്ശബ്ദമാക്കിക്കളഞ്ഞു.

അവ്യക്തമായ അത്തരം സാഹചര്യത്തെളിവുകളല്ല നാം റിസീവ് ചെയ്യേണ്ടത്. ബോഡി ലാംഗ്വേജ്! ഡി.ഐ.ജി. കുരുവിള മേശപ്പുറത്തടിച്ച് അതിനെ പിന്താങ്ങി.

യെസ്, ബോഡി ലാംഗ്വേജ്. പൊതി വീപ്പയിലേക്കു വെക്കുകയോ എടുക്കുകയോ ചെയ്യുന്ന ഒരാൾ എന്തിനാണ് ഭയാശങ്കകളോടെ മുഖം തിരിച്ച് സംശയാസ്പദമായി കൃഷ്ണമണികൾ ഇങ്ങേ കോൺവരെ ഉരുട്ടുന്നത്? ആ സീൻ ഒന്നുകൂടി വരട്ടെ.

ക്ലോസപ്പിൽ വന്ന് താടിക്കാരൻ തറച്ചുനിന്നു. ഇന്റലിജൻസ് വിങ്ങിലെ ജയരാജ് ഓർമ്മിപ്പിച്ചു.

സർ, ടൈം കോഡ് നോക്കൂ.

കൃത്യം 1.50നു സ്ഫോടനം നടക്കുന്നു. ഒന്നേ പതിനേഴിനു പൊതി - അതായത് സ്ഫോടകവസ്തു - പ്രതി കൊണ്ടുപോയി വെക്കുന്നു. സുരക്ഷിതമായ ഒരിടത്ത് അയാൾക്ക് എത്തിച്ചേരാൻ 33 മിനുട്ട് ധാരാളം. എല്ലാം സ്വാഭാവികം. കൂട്ടത്തിൽ കൊല്ലപ്പെട്ട സിവിൽ സ്റ്റേഷനിലെ എൽ.ഡി. ക്ലർക്ക് സുരേഷ്കുമാർ കെ.കെ.യുടെ കാര്യത്തിൽ മാത്രമാണ് ചെറിയൊരു സംശയം. ഉച്ചയ്ക്കുശേഷം അയാൾ ഓഫീസിലുണ്ടായിരുന്നില്ലെന്നു പറയുന്നു. നഗരത്തിൽ സിനിമ കാണാൻ മുങ്ങിയതായിരുന്നെന്നും റിപ്പോർട്ടുണ്ട്.

ആ താടിക്കാരനെ ഒന്നുകൂടി ക്ലോസപ്പ് ചെയ്തേ. തിരിഞ്ഞു നോക്കുന്ന ദൃശ്യം- എൻ.എസ്. സ്വാമി പറഞ്ഞു.

ഫീച്ചേഴ്സിൽ ഇത്തിരി കാശ്മീരി ലുക്കുണ്ട്, ല്ലേ, സർ? പോരാത്തതിനു താടിയും.

തള്ളിക്കളയാനാവില്ല. എത്രയും പെട്ടെന്നിവനെ പൊക്കണം.

സന്ദേശം മിന്നൽവേഗത്തിൽ നഗരത്തിലും പുറത്തും എത്തി; ഫോട്ടോയും.

നാലാമത്തെ മണിക്കൂറിൽ ക്രൈംബ്രാഞ്ച് എസ്.പി. നാസിമുദ്ദീന് ഒരു മെസ്സേജ് വന്നു. ആളെ പൊക്കിയിരിക്കുന്നു സർ. പക്ഷേ... ഒരബദ്ധം പറ്റി.

എന്തബദ്ധം?

ചാനലുകാർ എങ്ങനെയോ മണത്തറിഞ്ഞിരിക്കുന്നു. ബ്രേക്കിങ് ന്യൂസും സ്ക്രോളിങ്ങും ഒ.ബി. വാനുമൊക്കെയായി പൂരത്തിന്റെ പ്രതീതിയാണ്.

നാസിമുദ്ദീന് ശരിക്കും ദേഷ്യം വന്നു. ഡിപ്പാർട്ടുമെന്റിൽത്തന്നെ ആവശ്യത്തിന് ഒറ്റുകാരുണ്ടല്ലോ. ഇഡിയറ്റ്സ്! ഇനിയീ ഐറ്റംകൊണ്ട് അവർ എന്തെല്ലാം വിഭവങ്ങളാണ് വെക്കാൻ പോകുന്നതെന്നു കണ്ടറിയണം.

കോൺഫറൻസ് പിരിയുംമുമ്പ് ഡി.ഐ.ജി. കുരുവിള പ്രഖ്യാപിച്ചു: കേസിലെ പ്രധാന കണ്ണിയാണയാൾ. ചോദ്യം ചെയ്യാൻ അതിരഹസ്യമായ ഒരിടം വേണം.

എല്ലാം മിനുട്ടുകൾക്കകം ഒരുക്കപ്പെട്ടു.

ചോദ്യംചെയ്യൽ സംഘത്തിൽ മുഖ്യമായും ആറു പേരുണ്ടായിരുന്നു.

സിറ്റി കമ്മീഷണർ ജഗജിത്ത്, എൻ.എസ്. സ്വാമി, ആന്റി ടെററിസ്റ്റ് വിങ്ങിലെ വിജയൻ, വിനുലാൽ, ഫോറൻസിക്കിലെ ഡോ. മാത്യു ഉലകത്തിൽ, കൂടാതെ പുതിയൊരു ഗസ്റ്റുമുണ്ട് - ക്രിമിനൽ സൈക്കോളജിസ്റ്റ് ഡോ. കാശി. ദേഹോപദ്രവമേല്പിക്കരുതെന്ന പ്രത്യേക നിർദ്ദേശം നൽകി ഡി.ഐ.ജി. കുരുവിള വേറെ ഔദ്യോഗിക ചടങ്ങുകളിലേക്കു നീങ്ങി.

ഒരു ഫൈവ് സ്റ്റാർ ഹോട്ടലിലെ കോഫീഹൗസിലെന്നപോലെ പ്രത്യേകം ഒരുക്കിവെച്ച മുറിയിലേക്ക് താടിക്കാരൻ ആനയിക്കപ്പെട്ടതും എല്ലാവരും എഴുന്നേറ്റു നിന്നുപോയി. ഉദ്യോഗസ്ഥരിൽ കമ്മീഷണർ ജഗജിത്ത് മാത്രമേ ഔദ്യോഗികവേഷം ധരിച്ചിരുന്നുള്ളൂ. കമ്മീഷണറെ കണ്ടതും അത്യുത്സാഹം കലർന്ന ജിജ്ഞാസയോടെ ഭ്രാന്തൻ ഒരു സല്യൂട്ട് വെച്ചുകൊടുത്തു. പ്രതിയുടെ ഭാരിച്ച വിലയോർത്ത് അറിയാതെ ജഗജിത്ത് തിരിച്ച് വിഷ് ചെയ്തുപോയി.

എൻ.എസ്. സ്വാമി എഴുന്നേറ്റ് പ്രതിയെ ഹാർദ്ദമായി സ്വാഗതം ചെയ്തു.

പ്ലീസ്, കമോൺ.

ഒരു നിമിഷം അലസമായി ആകെയൊന്നു നോക്കി താടിയുഴിഞ്ഞ് നാണം കലർന്ന ഒരു ചെറുചിരി ചിരിച്ച് അങ്ങനെ നിന്ന പ്രതിയോടായി എൻ.എസ്. സ്വാമി മികച്ച ഒരു കസേര ചൂണ്ടി ഇരിക്കാൻ ആംഗ്യം കാട്ടി.

ഒരുവിധം ഇരുന്നുകഴിഞ്ഞതും പ്രതിയുടെ മനോമുകുരം ചായക്കപ്പ് നിറച്ച ട്രേയുമായി വരുന്ന പുതുമണവാട്ടിയെ കാത്തിരുന്നു. ഇപ്പോഴയാൾ ഒരു പെണ്ണുകാണലിനു വന്നിരിക്കുകയാണ്.

പേരു പറഞ്ഞില്ല.

ആന്റി ടെററിസ്റ്റ് വിങ്ങിലെ വിജയൻ ചോദിച്ചു.

സോറി, പേരു പറയാൻ വിട്ടുപോയി. ഞാൻ കിൽജി. അലാവുദ്ദീൻ കിൽജി.

താങ്കളുടെ സംഘടനയിൽ വിളിക്കുന്ന പേരാവും.

യേസ്.

കേരളത്തിലെവിടെയാണ്?

പ്രതി തിരിച്ചു ചോദിച്ചു.

ചായയെവിടെ?

കമ്മീഷണർ ജഗജിത്ത് ഇന്റർകോമിൽ ചായ കൊണ്ടുവരാൻ ആവശ്യപ്പെട്ടു.

കഴിക്കാനെന്താണു വേണ്ടത്?

ചോറു കിട്ടുമോ?

ക്രിമിനൽ സൈക്കോളജിസ്റ്റ് ഡോ. കോശി സ്വാമിയെ ഒന്നുനോക്കി. വിചാരിച്ചതിലും ഭയങ്കരൻ ആണ്. നിനക്കൊന്നും എന്നെക്കൊണ്ട് ഒരു ചുക്കും പറയിപ്പിക്കാൻ പറ്റില്ല എന്ന ഒരു അലസഭാവം.

കിൽജി കേരളത്തിലെവിടെയാണ്?

ഏറെയും പുറത്തായിരുന്നു. ഔട്ട് ഓഫ് സ്റ്റേറ്റ്.

കശ്മീർ?

യേസ്. പഠിച്ചതും കളിച്ചു പഠിച്ചതും ഒക്കെ അവിടെനിന്നായിരുന്നു.

ട്രെയിനിങ്ങും?

അതെ!

ഡോ. കോശി മനസ്സിൽ അടയാളപ്പെടുത്തി.

അതിഭയങ്കരൻ! ഒരു നിലയ്ക്കും ഭേദിക്കാനാവാത്ത മനസ്സ്. മൂന്നാം മുറ മാത്രമാണ് പ്രതീക്ഷ. പ്രതിയുടെ കണ്ണുകളിലെ ആ അലസാവസ്ഥ യാണ് ഭയാനകമായ അതിർത്തിപ്രദേശം.

ഇടയ്ക്ക് എൻ.എസ്. സ്വാമി അക്ഷമനായി എഴുന്നേറ്റു.

നോക്കൂ കിൽജീ, ഇന്നലെ ഉച്ചമുതൽ ഞങ്ങൾ നേരാംവിധം ശ്വാസം കഴിച്ചിട്ടില്ല. ഒരു പോള കണ്ണടച്ചിട്ടില്ല. കാര്യങ്ങൾ നേരെ ചൊവ്വേ പറയുന്നതാണ് നമ്മൾക്കേവർക്കും നല്ലത്. ആമുഖം, വിശേഷണപദം എന്നിവ ഒഴിവാക്കാം.

ആദ്യചോദ്യം:

സ്ഫോടകവസ്തുക്കൾ ഇനി എവിടെയെങ്കിലും പൊട്ടാൻ ബാക്കി കിടപ്പുണ്ടോ? ഉണ്ടെങ്കിൽ എവിടെയൊക്കെ?

സ്ഫോടകവസ്തു, അതായത് RDX.

കിൽജിക്ക് ഇപ്പോൾ തോന്നുന്നത് താനൊരു സിനിമയിലഭിനയിക്കു കയാണ് എന്നാണ്. താൻ അതിലൊരു അധോലോകനായകനാണ്. ക്യാമറ സ്റ്റാർട്ടു ചെയ്തുകഴിഞ്ഞു.

മി. ഇൻസ്പെക്ടർ, കുട്ടികളോടെന്നപോലെ ഇങ്ങനെ സില്ലി ആയി ചോദിക്കാതെ. ഞാൻ അധോലോകനായകർക്ക് ഇതൊക്കെ വെറും പുല്ലാണ്, പുല്ല്!

നിയന്ത്രിക്കാനാവാത്ത ഒരു ആർത്തുചിരി കിൽജിയിൽനിന്നു പൊട്ടിപ്പുറപ്പെട്ടു.

എൻ.എസ്. സ്വാമിക്കു നിയന്ത്രണം വിട്ടു.

ഷട്ടപ്പ്!

എങ്ങും നിശ്ശബ്ദത.

പെട്ടെന്ന് ചിരി നിർത്തി കിൽജി സോറി പറഞ്ഞു.

ഇത്ര ചിരി വേണ്ടെങ്കിൽ നമുക്കു മറ്റൊരു ടേക്കാവാം... എവിടെ ടച്ച് അപ്പ്?

നീ പരിഹസിക്കുകയാണ്. സത്യം പറയിക്കാൻ അനേക സംവിധാനങ്ങൾ ഞങ്ങളുടെ ഡിപ്പാർട്ടുമെന്റിലുണ്ടെന്നറിയാമല്ലോ.

കമോൺ കിൽജീ, എവിടെയൊക്കെ താങ്കളും സംഘവും ബോംബ് വെച്ചിട്ടുണ്ട്? നിങ്ങൾ ആര്, എന്നതിനെക്കാൾ ഒട്ടും വൈകാതെ കിട്ടേണ്ട മറുപടിയാണത്. വികലമായ മലയാള ഉച്ചാരണത്തിൽനിന്ന് ജഗജിത്ത് ഐ.പി.എസ്സിന് ഇതുവരെ മോചനം കിട്ടിയിട്ടില്ല.

ഞങ്ങൾക്കറിയാം നിങ്ങൾ സംഘത്തിന്റെ ഒരു കരു മാത്രമാണെന്ന്. കമോൺ, എവിടെയൊക്കെ എക്സ്പ്ലോസീവ് ഐറ്റം വെച്ചിട്ടുണ്ട്?

കിൽജി പറഞ്ഞു:

എനിക്കു വിശക്കുന്നു.

ചായ കുടിച്ചില്ലല്ലോ.

എനിക്കെറച്ചീം പൊറോട്ടേം വേണം. എന്നിട്ടു പറയാം.

വിനുലാൽ കമ്മീഷണറെ ഒന്നു നോക്കി ഇന്റർകോമിൽ കൈ സ്പർശിച്ചു.

അപ്പോഴേക്കും എൻ.എസ്. സ്വാമിയുടെ മൊബൈൽ ശബ്ദിച്ചു.

അങ്ങേത്തലയ്ക്കൽ എസ്.ഐ.ടിയിലെ ഓഫീസറാണ്.

പത്രക്കാർ, ചാനലുകൾ-ഇവരെക്കൊണ്ട് പൊറുതിമുട്ടിയിരിക്കുകയാണ്. എന്തുപറയണം സർ?

നാശങ്ങൾ! ഒന്നും പറയാറായിട്ടില്ല.

അങ്ങനെ പറഞ്ഞാൽ പറ്റില്ല സർ. ഹോമിൽനിന്ന് അസിസ്റ്റന്റ് സെക്രട്ടറിയുടെ പ്രത്യേക നിർദ്ദേശമുണ്ട്. വിവരാവകാശ...

പ്രധാനപ്രതിയെ തിരഞ്ഞുകൊണ്ടിരിക്കുകയാണെന്നു മാത്രം പറയൂ. ഒരു കാരണവശാലും പത്രക്കാരുടെ കൈയിൽ ഫോട്ടോ പെടരുത്.

കിൽജീ, നിങ്ങൾക്കെത്ര മൊബൈൽ ഫോണുണ്ട്?

എവിടെ എറച്ചീം പൊറോട്ടേം? നിക്ക് വിശക്കുന്നു.

ക്രിമിനൽ സൈക്കോളജിസ്റ്റ് ഡോ. കോശി എൻ.എസ്. സ്വാമിയെ നോക്കി.

ചോദ്യം ചെയ്യലിന് ചെറിയൊരു ഇടവേള പ്രഖ്യാപിച്ചുകൊണ്ട് പുറത്തിറങ്ങുമ്പോൾ എൻ.എസ്. സ്വാമിയോടായി ഡോ. കോശി പറഞ്ഞു:

നമ്മൾ വിചാരിച്ചതിനേക്കാൾ മാരകമായ ഇനമാണ്. ഡി.ഐ.ജിയിൽനിന്ന് പെർമിഷൻ വാങ്ങി മൂന്നാംമുറയിലേക്കു കൊണ്ടുപോവുന്നതാണ് നല്ലത്.

എൻ.എസ്. സ്വാമിയെ ഇതിനകം ആകപ്പാടെ ഒരു ആശയക്കുഴപ്പം ചൂഴ്ന്നുനിന്നിരുന്നു.

എവിടെയോ ഒരു അബ്നോർമാലിറ്റി ഫീൽ ചെയ്യുന്നുണ്ട്, ഇടയ്ക്ക്... ആം ഐ കറക്ട്?

ഡോ. കോശിയുടെ ഈഗോവിലാണത് കൊണ്ടത്. ക്ഷോഭം ഉള്ളിലടക്കി അദ്ദേഹം ചിരിച്ചുകൊണ്ടു പറഞ്ഞു:

സർ, എന്റെ ലെറ്റർഹെഡ് ശ്രദ്ധിച്ചില്ലെന്നു തോന്നുന്നു. അമേരിക്കൻ യൂണിവേഴ്സിറ്റിയിൽനിന്നായിരുന്നു എന്റെ ഡോക്ടറേറ്റ്... അതും സൈക്കോളജിയിൽ. ഭ്രാന്തനായി അഭിനയിക്കുകയാണ് അവൻ.

അമേരിക്കൻ യൂണിവേഴ്സിറ്റി, ഡോക്ടറേറ്റ് എന്നീ രണ്ടു പദങ്ങൾ എൻ.എസ്. സ്വാമിയെ പെട്ടെന്നു ഞെട്ടിച്ചുണർത്തി. അദ്ദേഹം ഡോ. കോശിയുടെ അഭിപ്രായത്തോട് അതിവേഗത്തിൽ ചേർന്നുനിന്നു.

എനിക്കും തോന്നി.

ഏറെക്കുറെ ഒരു പകൽതന്നെ നീണ്ടുനിന്ന ചോദ്യംചെയ്യലിനും ഭേദ്യം ചെയ്യലിനുംശേഷം കിൽജി സത്യങ്ങൾ ഓരോന്നായി പറഞ്ഞു. പാക്കിസ്താൻ തീവ്രവാദികളിൽനിന്നു കിട്ടിയ കഠിനപരിശീലനം. ബോംബെ എക്സ്പ്ലോഷനിലെ പാർട്ടിസിപ്പേഷൻ. ബാംഗ്ലൂരിൽവെച്ച് രാജ്യരക്ഷാമന്ത്രിയെ കൊല്ലാൻ നടത്തിയ വിഫലശ്രമം. പാർലമെന്റ് ആക്രമണം.

നഗരത്തിൽ ഏതു നിമിഷവും പൊട്ടാറായിക്കിടക്കുന്ന അതിസ്ഫോടനശേഷിയുള്ള ബോംബുകൾ സൂക്ഷിച്ചിരിപ്പുണ്ടെന്നും കിൽജി പറഞ്ഞു. തന്റെ ഭ്രാന്തനായുള്ള ജീവിതം വെറും അഭിയനമാണെന്നും.

നഗരത്തിൽ ഏതേതിടങ്ങളിൽ ബോംബ് വച്ചിട്ടുണ്ട് എന്നുമാത്രം കിൽജിക്കു പറയാൻ കഴിഞ്ഞില്ല. അതികഠിനമായ മർദ്ദനത്തിനൊടുവിൽ, ആർ.ഡി. എക്സ്, ആർ.ഡി.എക്സ് എന്നുമാത്രം അയാൾ പുലമ്പി ബോധരഹിതനായി.

മർദ്ദനത്തിന്റെ ആദ്യപകുതിയിൽ കിൽജി തിരിച്ചടിച്ചിരുന്നു എന്നതു വാസ്തവമാണ്. സത്യത്തിൽ അത് തന്റെ ഭ്രാന്തിയായ മൂത്ത പെങ്ങളെ തെരുവിലിട്ടു തല്ലുന്ന സംഘത്തിൽനിന്ന് അവളെ രക്ഷിക്കാനുള്ള പോരാട്ടമായിരുന്നു. തൊട്ടടുത്ത പള്ളിയിൽനിന്ന് സുബ്ഹി വാങ്ക് വിളിക്കുമ്പോഴെഴുന്നേൽക്കും. പത്രക്കെട്ടെടുത്ത് സൈക്കിളിൽ നൂറ്റമ്പതോളം വീടുകളിൽ കൊണ്ടുപോയിട്ടാണ് പഠിച്ചതും പെങ്ങളെ ചികിത്സിച്ചതുമൊക്കെ. വല്ലപ്പോഴും ടൗണിൽനിന്നൊരു സിനിമ. അയാളുടെ ഏക വിനോദം ഒരിക്കൽ വളരെ യാദൃച്ഛികമായി ഒരു സിനിമാഷൂട്ടിങ് കാണുകയുണ്ടായി അയാൾ. അതിന്റെ വിസ്മയം ദിവസങ്ങളോളം അയാളെ പൊതിഞ്ഞുനിന്നു.

എത്ര കരുതലോടെയാണ് പെങ്ങളെ കൊണ്ടുനടന്നത്. എന്നിട്ടും അവർ കബളിപ്പിച്ച് പുറത്തുകടന്നു. അമ്പത്തഞ്ചാമത്തെ വയസ്സിലും അവൾ സാമൂഹ്യദ്രോഹികളാൽ ബലാത്സംഗം ചെയ്യപ്പെട്ടു. പെങ്ങൾ പറഞ്ഞുതുടങ്ങിയ അഭിപ്രായങ്ങൾ പതിയെ ശരിയാണെന്നു തോന്നിത്തുടങ്ങി അയാൾക്ക്. പത്രത്തിന്റെ കുടിശ്ശികയെച്ചൊല്ലിയുള്ള അടിപിടിയിൽപോലും ഈ മനംമാറ്റം പങ്കുവഹിച്ചു. പലപ്പോഴും കുഴമറിഞ്ഞുപോകുന്ന കാലദേശങ്ങൾ പതിയെ അയാൾ വരച്ച വരയിൽ വരാൻ തുടങ്ങി. കുപ്പായത്തിന്റെ പോക്കറ്റിൽ ഇടുവാനുള്ളതേയുള്ളൂ ഒരു വീട്. ഒരു കെട്ടിടസമുച്ചയം, എന്തിനേറെ ഒരു മഹാനഗരംപോലും.

പത്രക്കുടിശ്ശികയുടെ പേരിലുള്ള അടിപിടിയിൽ അയാൾക്കു മാരകമായ പരിക്കുപറ്റി. നാലു മല്ലന്മാരെ അയാൾ നേരിട്ടത് പിന്നെ ഒളിഞ്ഞുനിന്ന്, പക്ഷേ പൊലീസെത്തി. ശിപാർശ പറയാൻ ആരുമില്ലാത്തവന്റെ നെഞ്ചിൽ പൊലീസ് കസേര വലിച്ചിട്ടു... ഇതാ ഇന്നിപ്പോൾ തന്നെ പൊലീസ് തല്ലിച്ചതയ്ക്കുന്നു.

നനഞ്ഞ വെറും നിലത്ത് അയാൾ കമിഴ്ന്നു കിടന്നു.

കിൽജി.

ആ പേരിൽനിന്ന് അലാവുദ്ദീനെ മുറിച്ചുമാറ്റിയ നിലയിൽ പത്രങ്ങളിൽ അയാളുടെ രേഖാചിത്രം ചോർന്നു.

ഓരോ സെക്കൻഡിനെയും ചുരമാന്തിക്കൊണ്ട് ചാനലുകൾ പടക്കുതിരയെപ്പോലെ കിൽജിക്കു പിറകിലുണ്ടായിരുന്നു.

ആരാണ് കിൽജി എന്നതിന് പത്രങ്ങൾ ജാതകവും ജീവചരിത്രവും എഴുതി. കിൽജി ഒരു വേട്ടമൃഗമായി. ടീപ്പോയിൽ കാലുയർത്തിവെച്ച് കടല കൊറിച്ച് മാന്യന്മാരായ നമ്മൾ അതു കണ്ടു - കശ്മീർ ഭീകരൻ.

റിപ്പോർട്ടർ കാണിപ്പയ്യൂരായി.

കിൽജി വന്നിറങ്ങിയത് ബേപ്പൂർ തുറമുഖത്ത്.

ആറര അടി പൊക്കമെന്ന് ഒരു പത്രം. കുള്ളനെന്ന് മറ്റേ പത്രം.

പൊലീസുകാരിൽനിന്ന് പത്രക്കാർ രഹസ്യമായി വാർത്തകളെ മാന്തി. ഒരു പ്രമുഖപത്രത്തിന്റെ ലീഡ് വായിച്ച് ഡി.ഐ.ജി. സ്വാമിയെ വിളിച്ചു.

എന്താണിത്?

സാർ, മനസ്സിലായില്ല.

അല്ലെങ്കിലും അക്ഷരം പണ്ടേ തനിക്ക് അലർജിയാണല്ലോ. കിൽജി ഒരു വ്യാജപ്പേരാണെന്ന്. പ്രതി അമുസ്‌ലിമാണ്.

ചാനലുകൾ അതേറ്റെടുത്ത് തീ പാറിയ ചർച്ചകൾ നടത്തി.

കോടതി സ്വമേധയാ കേസെടുത്തു.

കിൽജിയെ ദേഹപരിശോധനയ്ക്കു വിധേയമാക്കണം.

ഒരാഴ്ചത്തെ സമയം ചോദിച്ചു, അന്വേഷണസംഘം.

പ്രത്യേകം തയ്യാറാക്കിയ കസേരയിൽ കൈകൾ പിന്നിൽ വലിച്ചു കെട്ടി, കാലുകൾ ഇരുവശങ്ങളിലേക്കും വലിച്ചുകവച്ചു. ഒരു കുതറലിനു പോലും സാധ്യതയില്ലാത്ത വിധം.

പിറന്നപടിയാലെ ആ ഇരിപ്പിൽനിന്ന് ലിംഗത്തിന്റെ ചർമ്മം ഇടംകൈ കൊണ്ട് വലിക്കുംമുമ്പ്, ഏറെനാളായി പണിയില്ലാതെ അലയുകയായിരുന്ന ആ നാടൻ ഒസ്സാൻ തന്റെ തുരുമ്പിച്ച കത്തി കൈപ്പത്തിയിലെ തഴമ്പിനുമേൽ നാലു തേപ്പു തേച്ചു. പിന്നെ കത്തി വേദനയാൽ കണ്ണടച്ചു ചുംബിച്ചു.

പ്രാണവേദനയോടെ കിൽജി വിളിച്ചു:

അമ്മേ, പെങ്ങളേ, ഓടിവായോ...

∎

ആകാശപേടകം

പണ്ടാണ്.

പ്രകാശത്തെക്കാൾ വേഗത്തിൽ സഞ്ചരിക്കുക അസാധ്യമാണ്. വായുവിന്റെ ഘർഷണംമൂലം ആകാശവാഹനം കത്തിപ്പോകും.

ഇങ്ങനെയാണ് ഞങ്ങളുടെ പത്ത് എയിലെ സരസ്വതി ടീച്ചർ അന്നത്തെ ഫിസിക്സ് ക്ലാസ് അവസാനിപ്പിച്ചത്.

തിരിച്ച് ഞങ്ങൾ - ഞാനും ബാഹിസും - സ്കൂളിൽനിന്നും മടങ്ങുമ്പോൾ നീണ്ട നടത്തത്തിനിടയിൽ കാലു കഴച്ച് ഇടവഴിയിലെ വയസ്സൻ മാവിലൊന്ന് ചാരി, ഇലകൾക്കിടയിൽ വീണ മാങ്ങ കണ്ടുണർന്ന് ചെന്നെടുത്ത് അത് തിന്നാൻ കൊള്ളാത്തതാണെന്ന് ഖേദത്തോടെ തിരിച്ചറിഞ്ഞ്, കൈയിൽ പറ്റിയ അതിന്റെ ദുർഗന്ധമൊലിച്ച നീരൊഴുക്ക് നിരാശയോടെ കുപ്പായത്തിൽ തുടച്ചുകളഞ്ഞ്, വീണ്ടും നടക്കാനോങ്ങുമ്പോൾ ബാഹിസ് അവന്റെ സ്വതസിദ്ധമായ, ആത്മപരിരംഭണാത്മകമായ മൗനം കുറിച്ച്, ആകാശത്തേക്ക് ചെറുതായി മുഖമുയർത്തി പറഞ്ഞു:

ഞാനത് കണ്ടുപിടിക്കും.

ഞാൻ ചോദിച്ചു:

എന്ത്?

ദീർഘമായ ആലോചനകൾക്കുശേഷം ഒരു നെടുവീർപ്പുകൊണ്ട് ദൂരമളന്ന് അവൻ പറഞ്ഞു:

തീ പിടിക്കാത്ത വ്യോമവാഹനം.

പറഞ്ഞുവരുന്നതെന്തെന്ന് മനസ്സിലാവാതെ ബാഹിസിന്റെ മുഖത്തേക്ക് നോക്കി. റോക്കറ്റ്. ഒരു തീയിലും കത്തിപ്പോകില്ല അത്. സൂര്യനിൽപ്പോലും പോയ്വരും.

എനിക്കു ചിരിവന്നു.

ദേ, നീ ഈ മാവിൽനിന്നും ആരുമറിയാതെ മാങ്ങ പറിക്കാനുള്ള വല്ല യന്ത്രവും കണ്ടുപിടിക്കൂ...

മാങ്ങയും തിന്ന് മൂന്നു മൈൽസ് നടന്ന് വീട്ടിലെത്താൻ നല്ല രസമായിരിക്കും.

നിനക്കറിയോ പ്രഭാകരാ, അധികം വൈകാതെ നമ്മൾ മറ്റൊരു ഗ്രഹം കണ്ടുപിടിക്കും. അവിടെ മനുഷ്യരുണ്ടാകും. ആണും പെണ്ണും.

എങ്ങനെ അറിയാം?

എന്റെ മനസ്സു പറയുന്നു.

മനസ്സു പറയുകയോ?

അതേ എന്റെ മനസ്സ് ഉച്ചത്തിൽ. എന്റെ ചെവി പൊട്ടുവോളമുച്ചത്തിൽ പറയുന്ന കാര്യങ്ങളൊന്നും തെറ്റാറില്ല.

അവന്റെ കണ്ണിൽ രണ്ടു നക്ഷത്രങ്ങൾ പ്രകാശിക്കുന്നതു കണ്ടു.

ഞാനതു കണ്ടുപിടിക്കും. ആ വാഹനം.

ഒരിക്കലും തീപിടിക്കാത്ത വാഹനം. പ്രകാശത്തേക്കാൾ എത്രയോ വേഗത്തിൽ അത് സഞ്ചരിക്കും.

ഞാൻ അതിൽ സഞ്ചരിച്ച് അന്യഗ്രഹങ്ങളിൽ എത്തും. ഞാൻ അവിടത്തെ പെൺകുട്ടിയെ ഭാര്യയാക്കും.

ഞാൻ പൊട്ടിച്ചിരിച്ചു.

നിനക്ക് കിറുക്കാണ്.

ബാഹിസ് ഒരിക്കലെങ്കിലും ഉള്ളുതുറന്ന് ചിരിച്ച് ഞാൻ കണ്ടിട്ടില്ല. മറ്റേതോ പ്രദേശത്ത് സദാ അലഞ്ഞുനടക്കുന്ന അവന്റെ കണ്ണുകളിൽ ഏതോ അസാധാരണ നഷ്ടലോകമെന്നേ തോന്നിയുള്ളൂ. "ഈ ഭൂമി ജീവിക്കാൻ കൊള്ളാത്തതാണു പ്രഭാകരാ.

എന്റെ യഥാർത്ഥ ബന്ധുക്കൾ വേറെ ഗ്രഹത്തിലാണ്. അവിടെ എന്നെ മനസ്സിലാക്കുന്ന ധാരാളം പേരുണ്ടാകും.

നിന്റെ ഓരോ തോന്നലുകൾ!

പ്രകാശത്തെക്കാൾ വേഗത്തിൽ സഞ്ചരിക്കുന്ന വാഹനം, ഉറക്കെ സംസാരിക്കുന്ന മനസ്സ്...!

നട്ടപ്പിരാന്ത്!

പ്രഭാകരാ നീയെങ്കിലും എന്നെ വിശ്വസിക്ക്.

അവൻ ദയനീയമായി എന്റെ കൈത്തലം പിടിച്ചു.

ഉച്ചത്തിൽ നിന്റെ മനസ്സ് സംസാരിക്കുന്നതൊക്കെ സത്യമാണെന്നു പറഞ്ഞല്ലോ. അവസാനമായി നിന്റെ മനസ്സ് ഉച്ചത്തിൽ സംസാരിച്ച തെന്താണ്?

അവന് സംശയമേതുമുണ്ടായിരുന്നില്ല.

നമ്മൾ നടന്നുപോകുന്ന വഴിയിൽ പാലത്തിനടുത്ത് ഈർച്ചമില്ലി ലേക്കു തിരിയുന്ന റോഡില്ലേ, അവിടെ കുറേ ദിവസമായി മരപ്പലകയുടെ ഒരട്ടി കണ്ടിരുന്നില്ലേ നമ്മൾ?

മഴയും വെയിലുംകൊണ്ടു കിടക്കുന്ന, മാർഗതടസ്സമുണ്ടാക്കുന്ന ആ അട്ടിയോ?

അതേ, കഴിഞ്ഞയാഴ്ച അതുവഴി പോയപ്പോൾ എന്റെ മനസ്സ് ഉച്ചത്തിൽ ഇതുപോലെ വിളിച്ചുപറഞ്ഞു.

എന്ത്?

അതിനിടയിൽ ഒരു കരിമൂർഖൻ ഒളിച്ചിരിപ്പുണ്ടെന്ന്.

ഇതു പറയുമ്പോൾ അവന്റെ മുഖം ഭീതികൊണ്ട് വികൃതമായി. അതിന്റെ ആധികാരികത എന്നെ സത്യത്തിന്റെ തടവിലാക്കി.

എങ്കിൽ നമുക്കാ അട്ടിമാറ്റി നോക്കിയാലോ?

വേണ്ട. മൂർഖൻ എന്നെ കടിക്കും.

എനിക്കു ചിരിവന്നു.

നിന്റെ ബഡായി.

ബഡായി എന്നു പറയേണ്ടിയിരുന്നില്ല. അതവനെ നിശ്ശബ്ദനാക്കിക്കളഞ്ഞു. അപൂർവമായി മാത്രം ഹൃദയം തുറക്കുന്ന ഏക കൂട്ടുകാരൻ ഞാൻ. മൗനത്തിന്റെ പൗരാണികമായൊരു സീൽ പതിച്ചതുപോലെയാണവന്റെ മുഖം. ഞാൻ ക്ഷമാപണത്തോടെ അവനെ സന്തോഷിപ്പിക്കാൻ പറഞ്ഞു:

നീ കണ്ടുപിടിക്കാൻ പോകുന്ന വാഹനം വലിയ അദ്ഭുതംതന്നെയായിരിക്കും.

അവന്റെ മുഖത്ത് പ്രകാശം പരന്നു. പക്ഷേ അതിനുവേണ്ടിയുള്ള നിന്റെ തയ്യാറെടുപ്പുകൾ എന്തൊക്കെയാണ്?

വീടിന്റെ പിന്നാമ്പുറത്തെ എന്റെ പൊളിഞ്ഞ തറവാട്ടിലെ ചായ്പിൽ പരീക്ഷണശാല ഒരുങ്ങിക്കഴിഞ്ഞു. പലപ്പോഴായി സംഭരിച്ച ബാറ്ററി സെല്ലുകൾ പഴയ ഇരുമ്പുകടകളിൽനിന്നും ശേഖരിച്ച ചില പ്രത്യേക മെറ്റൽ രൂപങ്ങൾ, ചെമ്പുകമ്പികൾ, പലതരം നട്ട്, ബോൾട്ടുകൾ, സ്പാനറുകൾ, വേറെയും ചില സാമഗ്രികൾ.

ആദ്യം ഒരു ഡമ്മിരൂപമാവും ഉണ്ടാക്കുക. പഴയ കൂടയിലെ ഇല്ലിക്കമ്പികൾ, സൈക്കിൾ ബെയറിങ്, സ്പ്രിങ്കഷണങ്ങൾ... ചെറിയൊരു മോട്ടോർ. ഇങ്ങനെ പലതും സംഘടിപ്പിച്ചുകഴിഞ്ഞു. നല്ല ദൂരശക്തിയുള്ള ബൈനോക്കുലറും ഉണ്ടാക്കിക്കൊണ്ടിരിക്കുന്നു.

ഞാൻ അവിശ്വസനീയമായി നോക്കി.

ഇതൊക്കെ നീ എവിടെനിന്നും സംഘടിപ്പിച്ചു?

രാത്രി കഴിഞ്ഞാൽ എനിക്ക് ഉറക്കം വരില്ല. മനസ്സ് നിറയെ ആകാശസഞ്ചാരിയായ ആ പേടകമാണ്. ഞാൻ ജീവിക്കുന്നതുപോലും അതിനാണു പ്രഭാകരാ. പാതിരാ കഴിഞ്ഞാൽ എല്ലാവരും ഉറങ്ങിയെന്നു മനസ്സിലാവുമ്പോൾ വീടിനു പുറത്തിറങ്ങും. കഠിനപുരത്തെ ഇൻഡസ്ട്രിയൽ

ഏരിയയുടെ ഓരോ മുക്കും മൂലയും അരിച്ചുപെറുക്കും. ഒരു കഷണം കമ്പിപോലും വിട്ടുകളയില്ല.

കള്ളനാണെന്ന് കരുതി നിന്നെ പൊലീസ് പിടിക്കും. അതാ ഉണ്ടാവാൻ പോണത്.

അങ്ങനെ സംഭവിക്കുമെങ്കിൽ എന്റെ മനസ്സ് ഉറക്കെപ്പറയും.

വീണ്ടും പരിഹാസമാണ് വന്നത്.

നിന്റെ ഉറക്കെ സംസാരിക്കുന്ന ഒരു മനസ്സ്!

പെട്ടെന്നവൻ മൂകനായി.

തന്റെ യഥാർത്ഥ ഇടം അന്യഗോളമാണെന്നും അതിലേക്കെത്തിപ്പെടാനുള്ള ആ ദൂരം നിരാശയും അതിവേദനകളും നിറഞ്ഞ മുൾസഞ്ചാരപഥമാണെന്നും അതുവരെ ആശയവിനിമയം കനലുറങ്ങാപ്പാടമാണെന്നും അവൻ തിരിച്ചറിഞ്ഞതാവാം. സമാധാനിപ്പിക്കാൻ ശ്രമിച്ചുനോക്കിയെങ്കിലും അവൻ മൗനത്തിന്റെ മഹാശൽക്കത്തിനകത്ത് തലവലിച്ചുകളഞ്ഞു.

ഞങ്ങൾ പാലത്തിനടുത്തെത്തി. മരമില്ലിലേക്ക് തിരിയുന്ന റോഡിൽ കാലപ്പഴക്കംകൊണ്ട് കറുത്തുപോയ ആ ചെളി പിടിച്ച മരത്തിന്റെ അട്ടിയിൽ കണ്ണുകളുടക്കി ഞാൻ നിന്നു.

ഇത് നുണകളുടെ അവസാനം. ഇതോടെ ഇവന്റെ ആകാശപേടകവും മനസ്സിന്റെ ഉച്ചത്തിലുള്ള സംസാരവും തീരണം.

നിന്റെ മനസ്സ് ഉച്ചത്തിൽ പറഞ്ഞത് നുണയാണെന്ന് ഞാൻ തെളിയിക്കട്ടെ?

അവൻ ഭീതിയോടെ പറഞ്ഞു:

വേണ്ട പ്രഭാകരാ.

കണ്ടോ, കള്ളം പൊളിയുമ്പോൾ നിന്റെ മനഃപ്രയാസം.

വേണ്ട പ്രഭാകരാ, പരീക്ഷയ്ക്ക് ഇനി നാലു ദിവസമേയുള്ളൂ.

പരീക്ഷയും പലകയും തമ്മിലെന്ത്?

അവന്റെ ഭയന്നു മരവിച്ച നില്പിനിടയ്ക്ക് ഭ്രാന്തമായ പരപീഡാരസത്തോടെ മരപ്പലകയുടെ കറുത്ത അട്ടികൾ ഒന്നൊന്നായി എടുത്തുമാറ്റി. ഒടുവിൽ അത് ആകെ ആഞ്ഞ് ചെരിച്ചു.

ഞാൻ ക്രൂരപുച്ഛത്തോടെ അവനെ നോക്കി.

നിന്റെയൊരു കരിമൂർഖൻ! നീയൊരു ബഡായിക്കാരനാ.

വേണ്ട പ്രഭാകരാ, നമുക്കു പോകാം.

പോകാൻ ഒരുങ്ങുമ്പോൾ അതിനേക്കാൾ പുരാതനമായ ഒരു മരപ്പലകയുടെ ഒറ്റപ്പാളി.

ഞാൻ ചിരിച്ചുകൊണ്ട് പറഞ്ഞു:

ബാഹിസേ, ബഡായിക്കാരാ, ഇനി ഇതിലാവോ നിന്റെ ആകാശ വാഹനം.

അരുതേ എന്ന് പറയാനാകുമ്പോഴേക്കും ആ പലക ഞാൻ കാലുകൊണ്ടു നീക്കി തെറിപ്പിച്ചതും കുഞ്ഞുങ്ങൾക്കു കൂട്ടിരിക്കുന്ന ഒരു കരിമൂർഖൻ ചീറി എണീറ്റതും പറക്കും മട്ടിൽ പുറത്തുചാടിയതും ബാഹിസിന്റെ കാലിൽ ഒരൊറ്റക്കൊത്ത്!

ഞാനവനെ ചേർത്തുപിടിച്ച് നിലവിളിക്കുമ്പോലെ കരഞ്ഞു.

രണ്ട്

മരണവുമായുള്ള രണ്ടാഴ്ചത്തെ പിടിവലിക്കുശേഷം അദ്ഭുതകരമായി അവൻ ജീവിതത്തിലേക്കു മടങ്ങി.

സ്കൂളിൽ പത്താംക്ലാസ് പരീക്ഷയിൽ ഏറ്റവും കൂടുതൽ മാർക്കു വാങ്ങുമെന്നു കരുതിയ രണ്ടു കുട്ടികൾ അധ്യാപകരെ ആകെ നിരാശ രാക്കി. ഒരാൾ പരീക്ഷയെഴുതാൻ കഴിയാതെ ആശുപത്രിയിൽ. മറ്റൊരാൾ ഏതോ ഭീതിയിലകപ്പെട്ട് ചോദ്യപേപ്പറിൽ പകച്ചുനോക്കി എന്തോ കുത്തി ക്കുറിച്ച് നേരംപോക്കി.

അച്ഛൻ പറഞ്ഞു:

എടാ, നന്നായി പഠിക്കുന്ന ഒരുത്തനുമായുള്ള സഹവാസം എന്ന ഒറ്റ പരിഗണനയ്ക്കാ ആ മാപ്പിളച്ചെക്കനുമായുള്ള നിന്റെ കൂട്ട് കണ്ട് ഞാൻ മിണ്ടാതിരുന്നത്. ആ കിറുക്കൻ ചെറുക്കന്റെ വാക്കുകേട്ട് പാമ്പിന്റെ മാളത്തിൽപോയി കൈയിടുകാ, കൂടെയുള്ളോനെ പാമ്പു കടിക്കാ, പരീക്ഷയെഴുതാൻ കഴിയാതെ ആശുപത്രിയിലാവാ. മേലിൽ ആ കൂട്ടു വേണ്ട.

ഉള്ളനേരം നന്നായി പഠിക്ക, പരീക്ഷ പാസ്സാവ, നല്ല ശമ്പളമുള്ളൊരു സർക്കാർ ജോലി കിട്ടുക. ഇതാണ് നിന്നെപ്പറ്റിയുള്ള എന്റെ സ്വപ്നം. എന്നിട്ട് നീ എന്തുവേണെങ്കിലും ചെയ്തോ.

വിപ്ലവചിന്തയോ ദാർശനികരുമായുള്ള കൂട്ടുകെട്ടോ അതീന്ദ്രിയലോ കമില്ലെന്ന തർക്കമോ എന്തുമായിക്കോ. മാസം അഞ്ചക്കശമ്പളമില്ലാതെ നിന്നെ ഞാൻ വീട്ടിൽ കയറ്റില്ല.

ഞാൻ വായിക്കാൻ ശ്രമിച്ച അതീന്ദ്രിയ കാര്യങ്ങളെക്കുറിച്ചുള്ള പുസ്തകങ്ങൾ, ദാർശനിക സമസ്യകളെ ചിന്താവിധേയമാക്കുന്ന ബൗദ്ധിക ഗ്രന്ഥങ്ങൾ, ഇവയൊക്കെ അച്ഛന്റെ ശ്രദ്ധയിൽപെട്ടിരുന്നു. അതിന്റെ കുത്തുവർത്തമാനമാണ്.

എസ്.എസ്.എൽ.സി. പരീക്ഷ കഴിഞ്ഞതിന്റെ പിറ്റേന്ന് അവനെ ആശു പത്രിയിൽ ചെന്നു കണ്ടു. കുറ്റബോധത്താലും ആശയക്കുഴപ്പത്താലും ആകെത്തളർന്നുപോയിരുന്നു. എന്നെ കണ്ടതും ഒരു തളർന്ന ചിരിയോടെ അവൻ എഴുന്നേറ്റിരുന്നു.

എന്നോട് ക്ഷമിക്കില്ലേ നീ?
അവൻ നിസ്സഹായനായി പറഞ്ഞു:
അതിനകത്ത് പാമ്പുണ്ട് എന്നു ഞാൻ പറഞ്ഞില്ലേ പ്രഭാകരാ.
എനിക്കൊന്നും പറയാൻ കഴിഞ്ഞില്ല.
സെപ്തംബറിൽ നീ പരീക്ഷയെഴുതണം.
അവൻ മുഖം നോക്കാതെ ചിരിച്ചു.
പിന്നെ എന്തോ ഓർത്ത് ചിലത് സംസാരിച്ചു.
ആളൊഴിഞ്ഞ ഇടനാഴിയിൽ അവൻ തന്റെ മാനസിക ഭൂപടം നിവർത്തി.

ആളുകൾക്കൊന്നും എന്നെ കണ്ടുകൂട. എപ്പോഴും എന്നെ ക്യൂവിന്റെ ഏറ്റവും പിന്നിൽ നിർത്തും. ഞാൻ എത്ര മുന്നിലെത്തിയാലും. കാരണ മെനിക്കറിയില്ല.

എസ്.എസ്.എൽ.സിക്കു മാർക്കു കുറഞ്ഞ് ട്യൂട്ടോറിയലിൽ എത്തിയ ഞാൻ ആർട്സ് ഗ്രൂപ്പെടുത്ത് പ്രീഡിഗ്രി നല്ല മാർക്കിൽ പാസ്സായി. പ്രൊഫഷണൽ കോളേജിൽ അഡ്മിഷൻ കിട്ടിയപ്പോൾ ഒരാളുടെ അസാന്നിധ്യം വല്ലാതെ മനസ്സിനെ ഞെരുക്കിക്കൊണ്ടിരുന്നു.

ബാഹിസിന്റെ - കൂടെയുണ്ടാവേണ്ടതായിരുന്നു അവൻ. മത്സരിച്ചു പഠിച്ചതാണ് സ്കൂളിൽ. ഡിഗ്രിക്കു ചേർന്നു മാസങ്ങൾ കഴിഞ്ഞപ്പോൾ ഞാൻ ബാഹിസിനെ അന്വേഷിച്ചുചെന്നു. എന്നെ കണ്ടതും അവൻ കുടിനീർ വീഴ്ത്തിയ ചെടിപോലെ ഉള്ളുണർന്നു.

അവൻ പറഞ്ഞു:
നമുക്ക് പറമ്പിലേക്കിറങ്ങാം.
വിശേഷങ്ങൾ രണ്ടോ മൂന്നോ വാക്കിൽ പറഞ്ഞു.
ഞാൻ അവന്റെ കാലിൽ നോക്കി. കരിമൂർഖന്റെ മങ്ങി വരുന്ന മുദ്ര. കുറ്റബോധത്തോടെ വീണ്ടും ഓർമ്മിപ്പിച്ചു.
നിനക്ക് സെപ്തംബറിലെ പരീക്ഷയ്ക്കിരിക്കാമായിരുന്നു.
പറഞ്ഞുനോക്കിയതാ, മൂത്ത അമ്മാവൻ അതിന് ചെകിട്ടത്തടിച്ചു. മൂർഖൻ കടിച്ചവകയിൽ അമ്മായിയുടെ പൊന്ന് ഇപ്പോഴും ബാങ്കിലാണ്.
എനിക്കൊന്നും പറയാൻ കഴിഞ്ഞില്ല.
വിഷമം മാറ്റാൻ ഞാൻ ഇടിഞ്ഞുപൊളിഞ്ഞ തറവാട്ടിലേക്ക് തിരിഞ്ഞു ചോദിച്ചു.
എന്തേ ഈ വീട് റിപ്പയർ ചെയ്തില്ല?
അവൻ വേദന കലർന്ന് ചിരിച്ചു.
കൂട്ടുസ്വത്താണ്.

41

പുരാതനമായ തറവാടിന്റെ പച്ചപ്പായൽപ്പരപ്പാർന്ന പൊള്ളിപ്പൊളിഞ്ഞ തറയിലൂടെ അവനെന്നെ അകത്തേക്കാനയിച്ചു.

പൂതലിനോടു തോൽക്കാൻ മനസ്സില്ലാതെ പിച്ചളപ്പിടിയുടെ ആഭരണ മിട്ട വാതിൽ അഹങ്കാരത്തോടെ തുറക്കപ്പെട്ടു. പഴയകാല പ്രതാപത്തിന്റെ പ്രൗഢതലമുറയിലെ ആദികാരണവന്മാരെ അതിപ്പോഴും കാത്തുനിൽക്കു ന്നുണ്ട്. ചെറുതും വലുതുമായ വാതിലുകളോരോന്നായി തുറന്ന് അവൻ പ്രാകൃതവും വന്യവുമായ ആ ഇരുട്ടിലൂടെ എന്നെ കൈപിടിച്ചകത്തേക്കു പോയി.

നിനക്കു പേടിയുണ്ടോ?

ബാഹിസ് ചോദിച്ചു.

അവൻ ഇടുങ്ങിയ ചായ്പിൽനിന്നും നെല്ലറയും പൂതലിച്ച പത്തായ പ്പുരയും കഴിഞ്ഞ് ഒരു വലിയ മുറി തുറന്നു. അതിന്റെ ചെറിയ വാതിൽ ഉന്തിത്തള്ളിയപ്പോൾ പുറത്തെ വെളിച്ചം മുറിയിൽ ജീവിതമായി നിറ ഞ്ഞെത്തി. മുറിയിൽ നൂറുകണക്കിന് ഉപകരണങ്ങൾ, എന്തിന്റെയൊ ക്കെയോ മുറിഞ്ഞ ഇരുമ്പുയന്ത്രങ്ങൾ, ചുമരിൽ നഗ്നമാക്കപ്പെട്ട ഒരു പഴയ ക്ലോക്കിൽ ഉച്ചത്തിൽ മിടിക്കുന്ന പിച്ചളച്ചക്രങ്ങളുടെ സഞ്ചാരപഥങ്ങൾ.

എന്റെ പരീക്ഷണശാല.

അവൻ അഭിമാനത്തോടെ പറഞ്ഞു. പഴയ അലമാരകൾ ഒന്നൊ ന്നായി തുറക്കപ്പെട്ടു.

ഫിസിക്സിന്റെ ആധികാരികമായ ഇംഗ്ലീഷ് പുസ്തകങ്ങൾ, മാത്ത മാറ്റിക്സ് തിയറികൾ എഴുതിയ നോട്ടുബുക്കുകൾ, ഗോളശാസ്ത്രസം ബന്ധിയായ റഫറൻസ് ഗ്രന്ഥങ്ങൾ, സ്വന്തമായി അവൻ തയ്യാറാക്കിയ മാപ്പുകൾ. ഇക്വേഷൻസ്, ചാർട്ടുകൾ...

പറഞ്ഞത് ബഡായിയല്ല പ്രഭാകരാ, ഞാൻ ഒരു ആകാശപേടകം ഉണ്ടാക്കുകതന്നെ ചെയ്യും. നിന്റെ കോളേജിലെ പ്രൊഫസർ വില്യം സായിപ്പ് സഹായിക്കാമെന്ന് വാക്ക് തന്നിട്ടുണ്ട്.

ആ കിറുക്കൻ സായിപ്പോ? നീ അയാളെ കണ്ടോ?

ആസ്ട്രോഫിസിക്സിൽ അയാളുടെയത്രയും പാണ്ഡിത്യമുള്ളയാളെ ഞാൻ കണ്ടിട്ടില്ല. മറുപടികൾക്കൊക്കെ എന്തൊരു തെളിച്ചമാണെന്നോ! പ്രകാശവേഗത്തെ വെല്ലുന്ന വാഹനമുണ്ടാക്കാൻ കഴിയില്ലെന്ന നിലവിലെ വാദഗതി തെറ്റാണെന്ന് പറഞ്ഞപ്പോൾ അദ്ദേഹം തികഞ്ഞ യോജിപ്പു പ്രകടിപ്പിച്ചു. ഞാൻ ചെയ്ത ചില ഇക്വേഷൻസിൽ ചെറിയ ചെറിയ കറക്ഷനേ ഉണ്ടായിരുന്നുള്ളൂ എന്ന് പ്രൊഫസർ അദ്ഭുതപ്പെട്ടു. എന്നെയും യു.കെ.യിലേക്കു കൊണ്ടുപോകാമെന്ന് അദ്ദേഹം സംസാര ത്തിനിടയ്ക്കു വാക്കുതന്നു.

കോളേജും യൂണിവേഴ്സിറ്റിയുമൊക്കെ കത്തിച്ചാലേ നമ്മുടെ

നാട്ടിലെ സയൻസ് നന്നാകൂ എന്നും സാറു പറഞ്ഞു. പിന്നെയും കുറെ കാര്യങ്ങൾ.

എനിക്കു പലതും മനസ്സിലായില്ല. ഭൂമിയിൽ സ്ഥാപനവത്കരിക്കപ്പെട്ട മതങ്ങൾ ഉണ്ടായിരുന്നെങ്കിൽ സയൻസ് എത്രയോ മുന്നോട്ടു പോയിട്ടുണ്ടാകുമായിരുന്നുവെന്ന് അവൻ പറഞ്ഞതിന്റെ അർത്ഥവും എനിക്കു മനസ്സിലായില്ല.

നിന്റെ ഉപ്പയെയും ഉമ്മയെയും കണ്ടില്ല.

ഉമ്മ നേരത്തെ മരിച്ചു. ഏട്ടനനിയന്മാർ ആരുമില്ല.

ഉപ്പ?

ഭ്രാന്താണ്. തുണിയുരിഞ്ഞുകളയും. മൂത്തഅമ്മാവൻ രണ്ടുതവണ കീടനാശിനി കലക്കികൊടുത്തു. മരിച്ചില്ല. തുണിയുടുപ്പിച്ച് കൈയും കാലും കെട്ടി മുറിയിലിട്ടിരിക്കുകയാണ്.

വരൂ. തറവാടിന്റെ ചായ്പും കഴിഞ്ഞ് പൊട്ടിപ്പൊളിഞ്ഞ വെളിച്ചത്തിലൂടെ വീടിനെ പിളർത്തി വളരുന്ന ആൽമരം കണ്ടു. കൂറ്റൻ ഇരുമുൾവാതിൽ ഞരക്കത്തോടെ തുറന്ന് ഞങ്ങളൊരു മുറിയിൽ എത്തി. ഒറ്റ മരത്തിൽ ചെയ്ത കുഞ്ഞു ജനാല തള്ളിത്തുറന്നപ്പോൾ കണ്ടു: ഭയം കത്തുന്ന കണ്ണുന്ന കണ്ണുകൾ, ആരെയും വിശ്വസിക്കാത്ത മുഖം.

ഉപ്പാ, ഞാനാ, ബാഹിസ്.

കുഞ്ഞുജന്നാലയിലേക്കായി നോട്ടം.

എന്റെ ചങ്ങാതി, ഞാൻ പറയാറില്ലേ പ്രഭാകരൻ.

എടുത്തടിച്ചപോലെയായിരുന്നു ചോദ്യം:

എന്നെ മനസ്സിലായിക്കാണുമല്ലോ?

ബാഹിസിന്റെ ഉപ്പ.

നീണ്ട ചിരിയായിരുന്നു.

ബാഹിസോ? ഏതു ബാഹിസ്? പാഠപുസ്തകത്തിലൊക്കെ എന്റെ ഫോട്ടോ കണ്ടിട്ടില്ലേ?

ഞാൻ ഒന്നും മിണ്ടാതെ നിന്നു.

ആൽബർട്ട് ഐൻസ്റ്റീൻ. എന്റെ കണ്ടുപിടിത്തങ്ങളാണ് മിസ്‌യൂസ് ചെയ്ത് അമേരിക്കയിലും ഹിരോഷിമയിലും നാഗസാക്കിയിലും അണുബോംബിട്ടത്. ഒടുവിൽ അതേ കുറ്റത്തിന് ഞാനിതാ ജയിലിലുമായി.

വാതിൽ ചാരി തിരിച്ചുവരുമ്പോൾ ബാഹിസ് പറഞ്ഞു:

ഉപ്പയ്ക്ക് ഔദ്യോഗിക വിദ്യാഭ്യാസം കിട്ടിയിരുന്നില്ല. പക്ഷേ സയൻസ് പുസ്തകങ്ങൾ ധാരാളം വായിക്കുമായിരുന്നു. വന്നുവന്ന് ഞാനും അതേ മട്ടിലാണ് യാത്ര ചെയ്യുന്നത്.

ഒന്നുനിർത്തി എന്തോ ആലോചിച്ച് അവൻ ചോദിച്ചു:

എനിക്കും പ്രാന്താവ്വോ?

ഞാൻ അവനെ മുറുകെ പിടിച്ചു.

നീ വലിയ ആളാവും. ദൈവം നിന്നെ സഹായിക്കും.

അവൻ പെട്ടെന്ന് അത്യപൂർവമായ ആ ചിരി ചിരിച്ചു.

ആർടെ ദൈവം?

നിനക്ക് ചെറിയ ചെറിയ കാര്യങ്ങൾ കണ്ടുപിടിച്ചുകൂടെ? ജനശ്രദ്ധ കിട്ടും.

ഞാൻ അഭിപ്രായപ്പെട്ടു.

ഇല്ല. ഞാൻ ജീവിക്കുന്നതുതന്നെ ആകാശപേടകം ഉണ്ടാക്കാനാണ്. ഏതാനും വർഷങ്ങൾകൊണ്ട് ഞാനതു സാധിക്കും. പ്രൊഫസർ എനിക്കു വാക്കു തന്നിട്ടുണ്ട്.

ഞാൻ അവിശ്വസനീയമായി, ഉപദേശരൂപത്തിൽ, ഇതിൽനിന്നൊക്കെ പിൻവാങ്ങാൻ അപേക്ഷാരൂപത്തിൽ മൗനമായി അവനെ നോക്കി. പക്ഷേ ദൃഢപ്രതിജ്ഞയുടെ ആ കണ്ണുകളിൽ രണ്ടു നക്ഷത്രങ്ങൾ തിളങ്ങി.

പ്രഭാകരാ, എന്റെ മനസ്സിൽനിന്നും ആ ശബ്ദം ഉച്ചത്തിൽ മുഴങ്ങാറുണ്ട്. ഞാൻ ആ ആകാശവാഹനം കണ്ടുപിടിക്കുകതന്നെ ചെയ്യും. ബഡായിയല്ല.

ഞാൻ നിലയില്ലാക്കയത്തിലേക്കു നോക്കുംപോലെ അവൻ നോക്കി. അവിടെ അനേകായിരം മൈലുകൾ ലംബാകൃതിയിൽ തെളിഞ്ഞു വെളിപ്പെട്ട ഒരു ഉപഗ്രഹപേടകത്തിൽ നൂറുകണക്കിനുപേർ ജോലി ചെയ്യുന്നതും കണ്ടു.

മൂന്ന്

ഞാൻ അഞ്ചക്കശമ്പളത്തിന്റെ അടിമയായി സർക്കാർ വനങ്ങളിൽ ജീവിക്കുന്നു. എന്റെ ആദ്യത്തെ ശമ്പളം അച്ഛന്റെ കൈകളിലാണേല്പിച്ചത്. അച്ഛൻ സന്തോഷംകൊണ്ടു വീർപ്പുമുട്ടി ആ പുത്തൻനോട്ടുകൾ കൈയിലെടുത്തു പലവുരു മണപ്പിച്ചു. ആ നോട്ടുകളിൽ മുഖം പൂഴ്ത്തിക്കിടന്നുകൊണ്ട് ഹാർട്ട് അറ്റാക്കായി, അന്ന് രാത്രി മരിച്ചു.

ബാഹിസ് പ്രകാശവേഗത്തെ മറികടക്കുന്ന ആകാശവാഹനം കണ്ടുപിടിച്ചില്ല. അവന്റെ ജീവിതം വഴിമുട്ടി ഇപ്പോൾ ഒരു സൈക്കിൾ റിപ്പയർ ഷാപ്പിൽ ഉപജീവനം ഇടയ്ക്കുപോയി കാണും.

പണം കൊടുത്തു സഹായിക്കാനൊന്നും അവൻ വിടില്ല. കൂടുതൽ അന്തർമുഖനായി അവൻ. അവനെ പ്രചോദിപ്പിക്കുന്ന ഒരേയൊരു വാക്ക് ആ ആകാശവാഹനത്തെ ചുറ്റിപ്പറ്റിയുള്ളതാണ്.

എന്തായി നിന്റെ പരീക്ഷണങ്ങൾ?

പൊടുന്നനേ രണ്ട് നക്ഷത്രങ്ങൾ കണ്ണുകളിൽ കത്തും.

ഒരുപാട് മുന്നോട്ട് പോയിട്ടുണ്ട്. റഫറൻസ് പുസ്തകങ്ങൾക്ക് തീ വിലയാ. ചില എക്യുപ്മെന്റ്സ് വാങ്ങിക്കാൻ അടുത്ത ആഴ്ച കോയമ്പത്തൂര് പോകണം.

അതിനുള്ള പണം ഞാൻ തന്നാൽ സ്വീകരിക്കുമോ?

അവൻ നിഷേധിക്കുന്ന മട്ടിൽ ചിരിച്ചു.

നിനക്ക് ഈ എൻജിനീയറിങ് ബുദ്ധി ഉപയോഗിച്ച് ചെറുത് വല്ലതും കണ്ടുപിടിക്കരുതോ? പത്രത്തിൽ നമുക്കൊരു വാർത്തയാക്കാം.

ആകാശസ്വപ്നങ്ങളുമായി ബാഹിസ്. ജോലി സൈക്കിൾ മെക്കാനിക്... ഇങ്ങനെയൊരു തലക്കെട്ടിൽ ലോക്കൽ പേജിൽ അല്ലേ?

അവന്റെ പരിഹാസത്തിന് അസാമാന്യമായ മൂർച്ച.

ഞാനവന്റെ പരീക്ഷണശാലയെപ്പറ്റി ചോദിച്ചു. അവനെ അത് ഏറെ സന്തോഷിപ്പിക്കും എന്നറിയാമായിരുന്നു.

അവന്റെ പരീക്ഷണശാല കഴിഞ്ഞ മഴക്കാലത്ത് മേൽപ്പുര തകർന്ന് ഒന്നു നനഞ്ഞു. ഇത് എക്സ്പെരിമെന്റിനെ ഒരു കൊല്ലം പിറകോട്ടു കൊണ്ടുപോയി എന്നവൻ വേദനയോടെ പറഞ്ഞു. മനസ്സ് ഇപ്പോൾ കൂടുതൽ ഉച്ചത്തിൽ എന്റെ വാഹനം ഉടനെ ശരിയാകുമെന്നു പറയുന്നുണ്ട്.

പിന്നെ എന്നെ ഇടംകണ്ണിട്ട് ഒരു ചാട്ടുളി: ബഡായിയല്ല!

ഉപ്പയുടെ മുറിയിൽനിന്ന് മലമൂത്രത്തിന്റെ രൂക്ഷമായ ഗന്ധം.

വൃത്തിയാക്കാനാളില്ല. പക്ഷ ആൾ കുറേക്കൂടി തേജസ്വിയായതുകൊണ്ട് ഞാൻ അദ്ഭുതപ്പെട്ടു.

അഞ്ചുവർഷം മുമ്പ് ഒരൊറ്റത്തവണ കണ്ട പരിചയം മാത്രം. കണ്ട ഉടനെ ചോദിച്ചു:

പ്രഭാകരനല്ലേ?

തലച്ചോറിന്റെ കോടാനുകോടി സ്പന്ദനങ്ങളിൽ അട്ടിയട്ടിയായി വെച്ച കോടാനുകോടി കെട്ടുകഥകൾ. ഓർമകൾ.

പെട്ടെന്ന് ബാഹിസിന്റെ ഉപ്പ പറഞ്ഞു:

ഞാനൊരു ജൂതനായതിനാൽ കോൺസെൻട്രേഷൻ ക്യാമ്പിലാണ്. ആപേക്ഷികതാസിദ്ധാന്തം കണ്ടുപിടിച്ചതിന്റെ യാതൊരു പരിഗണനയും തന്നില്ല ആ നായ. ക്ലീൻഷേവിനു മീതെ വെപ്പുമീശയും വെച്ച് ഹിറ്റ്ലറിപ്പം വരും. സ്വയം വെടിവച്ചു മരിച്ചതിനുശേഷം അവനിപ്പം ജോർജ്ബുഷാ. പൊയ്ക്കോ.

ഇരുട്ടിൽ അവൻ തീപ്പെട്ടി ഉരച്ചു.

ഇടയ്ക്ക് ഞാനേതോ കട്ടിളപ്പടിയിൽ തടഞ്ഞുവീഴാൻ പോയി.

അവൻ പറഞ്ഞു:

ശ്രദ്ധിക്കണം.

ഞാൻ ചോദിച്ചു.

ബാഹിസേ, നിനക്ക് പാമ്പിനെ പേടിയില്ലേ?

അവനത് തീരെ ഇഷ്ടപെട്ടില്ല.

നിന്നെ ബ്യൂറോക്രസി നാറുന്നു.

ഞാൻ ക്ഷമാപണത്തോടെ തുടർന്ന് സംസാരിച്ചത് അവനെ തണുപ്പിക്കാനാണ്. അവൻ ആകാശപേടകത്തിന്റെ പ്രത്യേകതകൾ ആധികാരികമായി വിശദീകരിച്ചു. പലതും എനിക്ക് മനസ്സിലായില്ല. പരീക്ഷണമുറി വിട്ടിറങ്ങുമ്പോൾ ചായ്പിൽ നെല്ലറയ്ക്കു തൊട്ടടുത്ത് അവൻ തീപ്പെട്ടിയുരച്ചു.

എന്റെ ഗ്രന്ഥശേഖരം ഇങ്ങോട്ടു മാറ്റി.

എലികളുടെ ശല്യം ഭയങ്കരം.

ഞാൻ ഞെട്ടിപ്പോയി. പഴകി ജീർണിച്ച നൂറുകണക്കിന് ശാസ്ത്ര ഗ്രന്ഥങ്ങൾ.

ഇതിനൊക്കെ നിന്നെ ആര് സഹായിച്ചു.

പ്രൊഫസർ വില്യം സായിപ്പ്. ലണ്ടനിൽ എനിക്കുള്ള വിസയ്ക്ക് ശ്രമങ്ങൾ ആരംഭിച്ചിട്ടുണ്ട്. ബാംഗ്ലൂരിൽനിന്ന് സെക്കൻഡ് സെയിലിൽ വാങ്ങിച്ചു തന്നതാണ് സാറ്.

പിന്നെ ദീർഘനിശ്വാസം.

ഒരിക്കൽ സാറിന്റെ കടങ്ങളൊക്കെ വീട്ടും.

നാല്

ആരാണത് പറഞ്ഞത്. ബാഹിസിന്റെ കല്യാണം കഴിഞ്ഞെന്ന്. മനഃപ്രയാസം തോന്നി. ഒരേയൊരു ആത്മമിത്രം. മിണ്ടിയില്ല അവൻ. പക്ഷേ വിട്ടുകൂടാ. ചെന്നു കണ്ടു തോല്പിക്കണം.

സൈക്കിൾ റിപ്പയർ ഷോപ്പിൽ തൂക്കിയിട്ട് പഴയൊരു ഹെർക്കുലീസിന്റെ റിം കറക്കി ചെരിഞ്ഞുനോക്കി അതിന്റെ ഒടിവുകൾ അളക്കുകയാണ് ബാഹിസ്. എന്നെ കണ്ടപാടേ കറുത്ത ഗ്രീസുപുരണ്ട കൈകൾ മണ്ണെണ്ണയിൽ കഴുകി അവൻ പുറത്തിറങ്ങി.

കുറെ നേരത്തേക്ക് ഒന്നും പറയാതെ ഞങ്ങൾ നടന്നു. ഞങ്ങൾ ചെന്നിരിക്കാറുള്ള വയലുകളൊക്കെ മണ്ണിട്ടു മൂടിക്കഴിഞ്ഞിരുന്നു.

ഒടുവിൽ അവൻതന്നെ തുടങ്ങി:

പ്രൊഫസർ വില്യം സാറിന്റെ കീഴിൽ റിസർച്ച് ഫെല്ലോ ആണ്. യാദൃച്ഛികമായി പരിചയപ്പെട്ടു. സാർ എന്നെപ്പറ്റി അവളോട് ധാരാളം പറഞ്ഞിട്ടുണ്ട്. ആരാധന മൂത്ത് ആ കുട്ടി ഒരു ദിവസം ഒളിച്ചോടി വന്നു. രജിസ്റ്റർ കഴിഞ്ഞ് ഇപ്പം എന്റെ വീട്ടിലാ താമസം. രണ്ടുമാസമായി.

എന്നെയൊന്ന് അറിയിക്കാനെങ്കിലും തോന്നീല്ല നിനക്ക്.

അവൻ നിസ്സംഗമായി പറഞ്ഞു: ഡോണ്ട് ബി സില്ലി. ഞാൻ പോലും ഇതൊന്നും അത്ര കാര്യമായി എടുത്തിട്ടില്ല. എന്റെ എക്സ്പെരിമെന്റ്സിനു പറ്റിയ കൂട്ടാളി എന്ന പ്രചോദനം മാത്രം.

നീയെന്നെ വീട്ടിലേക്കു ക്ഷണിക്കാത്തതെന്ത്? പരിചയപ്പെടുത്തിത്തരാത്തതെന്ത്?

അവൾ വില്യം സാറിനെ കാണാൻ പോയിരിക്കയാ. ഒരുപാട് ജോലികളുണ്ട്. പഴയ തുകൽ പേഴ്സിൽനിന്ന് അവനൊരു ഫോട്ടോ കാണിച്ചുതന്നു. പർദ്ദയിട്ട മുഖം.

പെൻഗ്വിൻ വേഷമാണ്. കുറെ ബാലിശതകൾ മാറ്റിയെടുക്കണം.

എന്തു ബാലിശതകൾ?

കുറെ നേരത്തേക്ക് അവനൊന്നും പറഞ്ഞില്ല. എന്തോ നിരാശ മൂടിവയ്ക്കാൻ അവൻ ആവതു ശ്രമിച്ചു.

നമ്മുടെ വിദ്യാഭ്യാസം പുരപ്പുറത്ത് പെയ്യുന്ന മഴയാണ്.

മനസ്സിലാവാതെ ഞാൻ നോക്കി.

പോവാണ്. ആദ്യരാത്രിയിൽ ഞങ്ങൾ കലഹിച്ചു. ഖുറാനിൽ ഇല്ലാത്തതൊന്നും ഇല്ലെന്നാണ് അവൾ. ക്വാണ്ടം തിയറിയെപ്പറ്റിപ്പോലുമുണ്ടെന്ന് ഞാൻ തിരിച്ചുചോദിച്ചപ്പോൾ കലഹമായി.

നീയെന്താ ചോദിച്ചത്?

കോണ്ടത്തെപ്പറ്റി ഖുറാനിലെന്തുണ്ടെന്ന്?

ഇപ്പോൾ പറയുന്നത് നിസ്കരിക്കാത്തതുകൊണ്ടാണ് വീട്ടിൽ ദുരന്തങ്ങളും കഷ്ടപ്പാടും മാറാത്തതെന്നാണ്. ഞാൻ പറേന്നതൊന്നും അവൾക്കും അവൾ പറേന്നതൊന്നും എനിക്കും മനസ്സിലാവുന്നില്ല. പക്ഷേ എനിക്ക് എന്റെ എക്സ്പെരിമെന്റ്സ് പൂർത്തിയാക്കാൻ ഇത്തരമൊരാളെ ആവശ്യമുണ്ടായിരുന്നു.

അത്തരം സഹായം അവളുടെ ഭാഗത്തുനിന്ന് കിട്ടുന്നുണ്ടോ എന്നു ചോദിക്കുവാനുള്ള ധൈര്യം എനിക്കുണ്ടായില്ല.

ഓണക്കാലത്ത് വഴിയോരങ്ങളിൽ പേരറിയാതെ പടർന്ന കുഞ്ഞുകാട്ടുപൂക്കൾ ഓർമ്മിപ്പിച്ചു:

കുടുംബസമേതം ഒന്നു ക്ഷണിച്ച് വീട്ടിൽ കൊണ്ടുവരണം. ബാഹിസിനെയും കെട്ട്യോളെയും ഓണമുണ്ണാൻ, കുടുംബസമാഗമത്തിന്

ഇതുവരെ കഴിഞ്ഞില്ല. ബസ്സിറങ്ങിയപ്പോഴേ കണ്ടു. സൈക്കിൾ റിപ്പയറിങ് കട പൂട്ടിയിരിക്കുന്നു.

തേടിപ്പിടിച്ചു ബാഹിസിനെ.

അയാൾ നടുമുറിയിൽ അരയാൽ മുളച്ചുപൊങ്ങിയ തറവാട്ടിൽ എണ്ണ മറ്റ പുസ്തകങ്ങൾക്കിടയിലായിരുന്നു. മെഴുകുതിരിവെളിച്ചത്തിൽ ഏതോ തടിച്ച പുസ്തകത്തിൽ എന്തോ പരതുകയായിരുന്നു. എന്നെ കണ്ടതും കണ്ണുകളിൽ മെഴുകുതിരിനാളം പ്രതിബിംബിച്ചു.

കട തുറന്നില്ലേ?

എനിക്ക് എത്രയും പെട്ടെന്ന് എക്സ്പെരിമെന്റ് പൂർത്തിയാക്കണം. ഫ്യൂവൽ ഞാൻ നിർണയിച്ചുകഴിഞ്ഞു. ചില ഇക്വേഷൻസ് ഇനിയും കിടപ്പുണ്ട്.

നിന്റെ ബീവി എവിടെ?

അവന്റെ മുഖം ഇരുണ്ടു.

അപ്പുറത്തെ വീട്ടിലുണ്ടാവും.

പെട്ടെന്ന് ഭയങ്കരമായി ശബ്ദമുയർത്തി അവൻ പറഞ്ഞു: നീ കാണണ്ടാ.

എന്തേ? ഞാൻ നോക്കി.

എനിക്കു പ്രിയപ്പെട്ടതൊന്നും അവൾക്കിഷ്ടമില്ല.

അവൾടെ പിഎച്ച്.ഡി. എന്തായി?

എനിക്കറിയില്ല. തിയോളജിയായിരുന്നു, അവൾടെ കറക്ട് സബ്ജക്ട്, തിയോസാഡിസം എന്ന ശാഖയുമാവാം.

എനിക്കൊന്നും മനസ്സിലായില്ല.

അവൾ പറയുന്നത് എന്റെ തിയറിയൊക്കെ ശുദ്ധ അസംബന്ധ മാണെന്നാണ്. ഈ പുസ്തകങ്ങൾ ഒന്നു തുറന്നുനോക്കാമ്പോലും കൂട്ടാക്കിയിട്ടില്ല ഇന്നുവരെ. ഒക്കെ മതിയാക്കി ഞായറാഴ്ച ദിവസംകൂടി സൈക്കിൾകട തുറക്കാനാണ് അവളുടെ ശാസന.

കൈയിലെ തടിച്ച പുസ്തകത്തിൽ അടയാളം വച്ച്, അത് അലമാര യിലിട്ട് പൂട്ടി അവൻ മെഴുകുതിരി ഊതിക്കെടുത്തി.

തറവാട് കുറെക്കൂടി ഭയാനകമായി തോന്നി. ഏതോ ദുർമന്ത്രവാദി യുടെ കോട്ടയായി ഇത് രൂപപ്പെട്ടുവരുന്നു.

അവൾക്കെപ്പോഴും അരിവാങ്ങലും ചോറുവയ്ക്കലുമാണ്. പിന്നെ ഖുർആനിലെ ക്വാണ്ടം ഫിസിക്സിന്റെ വിശദീകരണവും. ഞാനിപ്പോൾ മിണ്ടാറില്ല.

എനിക്ക് ആകെ മനഃപ്രയാസം വന്നുമൂടി.

ദാമ്പത്യം അവനവനെത്തന്നെ പറിച്ചുകീറുന്ന ജീവപര്യന്തം തടവാണ്. അതിൽ ഭക്ഷണവും വിശപ്പും ഒരാൾതന്നെ. ബീബിയെ കാണാൻ കഴിയാത്ത വിഷമത്തോടെയാണ് ഞാൻ പോന്നത്. തിരിച്ചു വീട്ടിലെത്തിയിട്ടും എന്നെ ആ ദുഃഖത്തിന്റെ കനം വിടാതെ പിടികൂടി. ബാഹിസ്, ഇതേപ്പറ്റി നിന്റെ ആ മനസ്സ് ഉച്ചത്തിൽ ഒന്നും സംസാരിച്ചില്ലേ? മുന്നറിയിപ്പ് തന്നില്ലേ?

അക്കൊല്ലത്തെ ഓണം എന്നെ കൂടാതെ കടന്നുപോയി. വഴിയോരത്തെ ചെറുകാട്ടുപൂക്കളൊക്കെ നിരർത്ഥക നിറമായി.

ബാഹിസ് വരേണ്ടതായിരുന്നു ഈ ഓണത്തിന്. അടുത്ത ഓണം ആവുമ്പോൾ എല്ലാം ശരിയാകട്ടെ. ഇല്ലെങ്കിൽ എനിക്കതിലിടപെടാൻ കഴിയട്ടെ.

ഒരു ദിവസം കാലത്ത് കൊറിയറിൽ അദ്ഭുതങ്ങളടക്കം ചെയ്ത പോലൊരു പായ്ക്കറ്റ് എന്നെ തേടിയെത്തി.

ഫ്രം നോക്കിയപ്പോൾ കഠിനപുരത്തുനിന്ന് ബാഹിസ്.

വർദ്ധിച്ച ജിജ്ഞാസയോടെ തുറന്നുനോക്കിയപ്പോൾ പത്തിരുനൂറ് പേജ് വരുന്ന ഫോട്ടോസ്റ്റാറ്റ് കോപ്പികൾ. എല്ലാം ആസ്ട്രോഫിസിക്സുമായി ബന്ധപ്പെട്ട എന്തൊക്കെയോ കുറിപ്പുകൾ. ഇക്വേഷനുകൾ, മാപ്പുകൾ, സൗരയൂഥത്തിന്റെ ഘടനയെ വിശദീകരിക്കുന്ന ഗ്രാഫുകൾ, ആരോമാർക്കുകൾ... പിന്നെ അവന്റെ ആകാശവാഹനത്തിന്റെ ബാഹ്യവും ആന്തരികവുമായ ഘടനകൾ. പതിവ് പേടകത്തിൽനിന്നും അത് എങ്ങനെ വ്യത്യസ്തപ്പെട്ടുകിടക്കുന്നു എന്ന വിശദീകരണക്കുറിപ്പുകൾ. എനിക്കൊന്നും മനസ്സിലായില്ല. ഒപ്പം ഒരു കത്തും.

പ്രഭാകരാ, എല്ലാം അവൾ നശിപ്പിച്ചു. എന്റെ ആകാശവാഹനങ്ങളുടെ മാതൃകകൾ. വർഷങ്ങളായി ഞാൻ ഒരുക്കൂട്ടിയ യന്ത്രങ്ങൾ, ഡെമ്മി ഫോർമാറ്റുകൾ... ഒന്നും ബാക്കിവെച്ചില്ല. എന്നെ അവൾക്കു സൈക്കിൾ റിപ്പയർ കടയിലേക്കു പറഞ്ഞയയ്ക്കണം. ഈ തിയറി നോട്ട് മാത്രമേ ബാക്കി കിട്ടിയുള്ളൂ. ഉപ്പയും ഞാനുംകൂടി എന്റെ യഥാർത്ഥ ജനതയുടെ അടുത്തേക്കു പോകുന്നു.

എന്റെ സംശയം ശരിയായിരുന്നു.

വിഷബാധയേറ്റു മരിച്ച രണ്ടു മൃതദേഹങ്ങൾ.

അലമുറയിട്ടു കരയുന്ന അവന്റെ ബീബി.

തറവാടിന്റെ നടുവിൽ മുളച്ച ആലിൽ ദുരന്തത്തിന്റെ വസന്തം പൂത്തു.

ബലിക്കാക്കകൾ അവയിൽ കൂട്ടമായി വന്നു ചേക്കേറി. എന്തുകൊണ്ടോ അവ മൗനികളായിരുന്നു.

ബാഹിസിന്റെ ജീവചരിത്രം ദുരൂഹ സമസ്യകളുടെ മൃതശരീരമായി

എന്നെ ഭാരത്തിൽ ഞെരുക്കി. എനിക്കതറിയാതെ ഒരടി മുന്നോട്ടു പോകാൻ കഴിഞ്ഞില്ല.

എവിടെയാണ് പ്രൊഫസർ വില്യം?

തന്റെ വാടകവീട്ടിൽ പ്രൊഫസർ എന്തൊക്കെയോ തിരക്കിലായിരുന്നു. കോളേജിൽ പഴയൊരു സ്റ്റുഡന്റാണെന്നു പറഞ്ഞപ്പോൾ, അർധ മനസ്സോടെ, വന്നിരിക്കാൻ പറഞ്ഞു.

മുഖവുര കൂടാതെ ഞാൻ രണ്ടു ചോദ്യങ്ങൾ ചോദിച്ചു:

സാറിനു ബാഹിസിനെ അറിയുമോ? അവന്റെ ഭാര്യ സാബിറയെ?

ബാഹിസ്? സാബിറ?

താങ്കളുടെ കീഴിൽ റിസർച്ച് നടത്തുന്ന സാബിറ.

പ്രൊ. വില്യമിനു ദേഷ്യം കയറി.

സീ, നിങ്ങൾ സമയം കളയാതെ വന്ന കാര്യം പറയൂ.

ടുഡെ ഐ ആം ഇൻ എ ലിറ്റിൽ ഹറി.

ഇന്നത്തെ മിഡ്നൈറ്റ് ഫ്ളൈറ്റിനു ന്യൂയോർക്കിൽ പോകാനിരിക്കുന്ന ആളാണു ഞാൻ.

പിന്നെ അല്പം തണുത്ത് അഭിമാനപൂർവം കൂട്ടിച്ചേർത്തു.

അവിടെ യൂണിവേഴ്സിറ്റിയിൽ ഒരു പേപ്പർ അവതരിപ്പിക്കാനുണ്ട്. ശരി, നിങ്ങൾ വന്ന കാര്യം പറയൂ.

ബാഹിസിനെ താങ്കൾ തീരെ അറിയില്ലെന്നോ?

പ്രൊഫസർ വില്യമിനു വീണ്ടും ദേഷ്യം കയറി.

നിങ്ങടെ വിസിറ്റിങ്ങിന്റെ പർപ്പസ് പറയൂ.

ആസ്ട്രോഫിസിക്സുമായി ബന്ധപ്പെട്ട് വളരെ താത്പര്യത്തോടെ സാറുമായി ആശയവിനിമയം നടത്താറുള്ള ബാഹിസ്. കഠിനപുരത്തെ ബാഹിസ്...

കഠിനപുരം... അവിടെ നിന്ന് ഒരു കൊറിയർ വന്നിരുന്നു.

യേസ്, ഐ റിമംബർ വൺ മിസ്റ്റർ ബാഹിസ്. വലിയ പരിചയ ക്കാരന്റെ മട്ടിലൊരു കത്തും. ഇങ്ങനെയൊരാളെ കണ്ടതായി ഞാൻ ഓർക്കുന്നില്ല.

അവന്റെ തിയറിയിൽ എന്തെങ്കിലും കാര്യമുണ്ടോ സാർ? അയാൾ ആത്മഹത്യ ചെയ്തു.

പെട്ടെന്ന് പ്രൊഫസർ എന്റെ കഴുത്തിന് പിടിച്ചുയർത്തി.

ആർ യു ത്രെട്ടെനിങ് മീ?

ഞാൻ പിടിവിടുവിക്കാൻ ആവത് ശ്രമിച്ചു.

അയാൾ പിശാചിനെപ്പോലെ അലറി.

ആർ യു ത്രെട്ടനിങ് മീ?

നോക്കിയിരിക്കെ അയാൾ ഒരു വലിയ കരിമൂർഖനായി രൂപാന്തരപ്പെട്ടു. ഒരു ചുഴലിക്കാറ്റുപോലെ അതു വായുവിൽ സീൽക്കാര ധ്വനി ഉയർത്തി പത്തിവിടർത്തിനിന്നു. ചൂണ്ടകൾ പോലുള്ള നാവുകൾ പുറത്തിട്ട് ഗന്ധം നുണഞ്ഞു.

അതിന്റെ കണ്ണുകളിൽ മരണത്തിന്റെ ഗൂഢമന്ദഹാസം ഞാൻ കണ്ടു.

പിന്നോട്ടടിച്ച് ഞാൻ കുതറി മാറി കുത്തനെ വെച്ച ഒരു വലിയ കനം കൂടിയ മരപ്പലകയിൽ തട്ടിനിന്നു.

ഒരു പിടിവള്ളിപോലെ പലക കൈയിലെടുത്തു. എനിക്കെല്ലാം ഓർമ വന്നു. പലക മൂർഖന്റെ തലയിലേക്കിടാൻ ഭാവിച്ചതും പാമ്പ് പെട്ടെന്ന് പ്രൊഫസറായി.

ആർ യു ക്രേസി?

വിയർത്തു നിൽക്കുന്ന എന്നോടായി പ്രൊഫസർ വില്യം ഒരു ചെറു ചിരിയോടെ ചോദിക്കുകയാണ്.

Why are you doing like this? Are your friend of a terrorist?

കാട്ടിലേക്കു പോകല്ലേ, കുഞ്ഞേ

ആനിമൽ പ്ലാനറ്റിൽ ഒരു കാട്ടുപോത്തിനെ രണ്ടു സിംഹങ്ങൾ ഒന്നിച്ച് ആക്രമിക്കുന്ന രംഗം വന്നപ്പോൾ പെട്ടെന്നോർത്തത് പള്ളിക്കുന്നിനെയാണ്. അഞ്ചെട്ടു കിലോമീറ്റർ നീളത്തിലിരിക്കുന്ന കരുത്തനായ ഒരു കാട്ടുപോത്ത് കടൽക്കരയിൽ അല്പം പുറംതിരിഞ്ഞിരിക്കുമ്പോലെയാണ് ഞങ്ങളുടെ പള്ളിക്കുന്ന്. കുന്നിനെ മണ്ണുമാന്തിയന്ത്രം വന്ന് ആക്രമിച്ചാക്രമിച്ചു തീരാറായി. അതിന്റെ വടക്കേ കുന്നിൻചെരുവിൽ എന്റെ വീട്. അടുക്കളയിൽനിന്നു നോക്കുമ്പോൾ ഇടയ്ക്കിടെ എത്തിനോക്കുന്ന കുറുക്കന്മാരുടെ കാട്. കുന്നിനപ്പുറം സുകുമാറഴീക്കോടിന്റെ നാട്.

തൃശൂർ വീട്ടിൽനിന്ന് ഇത്തവണ തറവാട്ടിലെത്തിയപ്പോൾ പതിവിനു വിപരീതമായി, കുന്നിന് അഭിമുഖമായി അടുക്കളവാതിലിൽ എന്തോ ഓർത്ത് ദുഃഖിച്ചിരിക്കുന്ന ഉമ്മയെയാണു കണ്ടത്.

ഞാൻ ചോദിച്ചു:

എന്തുപറ്റി?

മീൻ കഴുകിയ വെള്ളം തെങ്ങിൻചുവട്ടിൽ ഒഴുക്കിക്കളഞ്ഞിട്ട് മൂത്ത ഇത്ത പറഞ്ഞു:

"ഉമ്മാക്ക് നൊസ്സാണ്.*

അവർ ഈർഷ്യയോടെ അകത്തേക്കു പൊയ്ക്കളഞ്ഞു.

ഞാൻ ഉമ്മയുടെ അടുത്തു ചെന്നിരുന്നു.

എന്താണു പ്രശ്നം? പറയ്.

കുന്നിലെ ഇടതൂർന്നു വളരുന്ന കാട്ടിൻനെഞ്ചിലേക്ക് അതിന്റെ ഇരുട്ടിലേക്ക് ഉമ്മ ദയനീയമായി നോക്കി.

ഉമ്മ പറഞ്ഞു:

എന്തു പറയാൻ, എല്ലാം പോയി. ഇനി കോഴീന്റെ കൂട് മാത്രം ബാക്കീണ്ട്.

അപ്പോ, കോഴിയെ കുറുക്കൻ പിടിച്ചൂന്ന് പറ!

---

* കിറുക്ക്

ഒരു കണക്കിനതു നന്നായി - ഞാൻ ചിരിച്ചു.

...ഏതു നേരവും കോഴി അകത്തു തൂറിയിടും.

നിലത്തിരുന്നൊന്ന് ചോറുണ്ണാൻ സമ്മതിക്ക്വോ, അത്? ഇനി ഈ വീടിനൊരു വൃത്തിയും വെടിപ്പുമുണ്ടാവും.

കോപത്തോടെ ഉമ്മ എന്നെ നോക്കി.

ഇപ്പം വല്യ പവറില് നടക്കുന്ന നീ തൂറീട്ടില്ലേ, പണ്ട്? കിടക്കേലും അടുക്കളേലും... വിരിപ്പ് മുഴുവൻ എത്രതവണ മൂത്രമൊഴിച്ച് മുക്കീട്ടുണ്ട്.

എനിക്കു ചിരി വന്നു.

അതുപോലെയാണോ, ഉമ്മാ, ഒരു കോഴി?

ഉമ്മ വീണ്ടും കുന്നിന്റെ പള്ളിയിലെ ഇരുണ്ട കാടുകളിലേക്കു നിസ്സഹായയായി നോക്കി.

എന്നാലും എന്റെ ആമിനയെ ആ കുറുക്കനിപ്പം എന്തുചെയ്യുകയാവും?

ഉമ്മയെ പ്രകോപിപ്പിക്കാൻ ഞാൻ പറഞ്ഞു:

ഉമ്മാന്റെ ആമിന എന്ന കോഴിയെ ഇപ്പം പേരില്ലാത്ത ആ കുറുക്കൻ കല്യാണം കഴിച്ചുകാണും.

ഉമ്മ ദേഷ്യപ്പെട്ടു.

മുട്ടതിന്നുമാത്രം ശീലമുള്ള നിനക്കതു പറഞ്ഞാ മനസ്സിലാവൂലാ, ഹംക്കേ.

ഞാൻ സമാധാനിപ്പിച്ചു.

ഉമ്മാ, രണ്ടു രൂപ കൊടുത്താ പീടികേന്ന് മുട്ട കിട്ടും.

ഉമ്മ പറഞ്ഞു: ഒരു മുട്ട എന്നു പറഞ്ഞാ രണ്ടുരൂപയല്ല!

പിന്നെയെന്താണ്?

വാക്കുകളില്ലാതെ അവരെന്നെ നോക്കി.

അന്ന് ജലപാനം കഴിക്കാൻ കൂട്ടാക്കാതെ ഉമ്മ കിടന്നു. ഓരോ ഉണർച്ചയിലും ആമിന എന്ന കോഴി വീടിന്റെ പിന്നാമ്പുറത്തുനിന്നു കൊക്കരിച്ചു തന്നെ വിളിക്കുന്നതായി ഉമ്മ കേട്ടു. പിന്നെ ആത്മഗതമെന്നോണം എന്നാൽ ഉച്ചത്തിൽ പറഞ്ഞു:

നല്ല അനുസരണയുള്ള കോഴിയായിരുന്നു. കാടിന്റെ ഭാഗത്തേക്കു പോകല്ലേ പോകല്ലേന്ന് നൂറുവട്ടം പറഞ്ഞതാ. അല്ലേലും അതിനെ പറഞ്ഞിട്ടു കാര്യല്ല. അയൽപക്കത്തെ പൂവൻകോഴി പരാക്രമം മൂത്തു വന്നപ്പോ പേടിച്ചു പറന്ന് പാഞ്ഞുകയറിയതാ ഓള്. ഒളിഞ്ഞുനോക്കി നിൽക്കുന്ന കുറുക്കന്റെ മുന്നിലേക്ക്. ഒരുപാട് അലറിവിളിച്ചു പെണ്ണ്. ഈ വയസ്സാൻകാലത്ത് എനിക്കുണ്ടോ കുന്നുമ്മല് ഓടിക്കേറാൻ കഴീന്ന്? എന്റെ വിധി.

ഉമ്മാന്റെ ഈ കോഴിപ്രിയമോർത്ത് ചിരിയടക്കി ഞാൻ കിടന്നു. ഓർമ്മവച്ച നാൾ മുതലേ ഉമ്മ ഇങ്ങനെയാ. അഞ്ചും ആറും കോഴികളെങ്കിലും മൂപ്പത്തിക്കു ചുറ്റുമുണ്ടാവും. അതില്ലാതെ ഉമ്മയില്ല.

ഉമ്മാന്റെ സെക്രട്ടറിമാര് - ഞാൻ കളിയാക്കും.

ഒക്കെ കുറുക്കനു കൊണ്ടുപോയി കൊടുക്കാൻ.

- തറവാട്ടിലേക്ക് വരുമ്പോഴൊക്കെ ഞാൻ കുറ്റപ്പെടുത്തും.

ഡോർ ടു ഡോർ ഡെലിവറി, മൾട്ടിനാഷണൽ പ്രൊഡക്ട്, കമ്പനിയുടെ ഫീൽഡ് അഡ്വർട്ടൈസ്മെന്റ് എന്നൊക്കെ പറഞ്ഞുവരുന്ന ഒരാളും ഉമ്മയുടെ മുന്നിൽ വിജയിച്ചുപോയിട്ടില്ല. ടൈ കെട്ടിവന്നാലും ഒളിമിന്നുന്ന കവർ കണ്ടാലും മുപ്പത്ത്യാർക്ക് ഒരു കൂസലുമില്ല.

ഇലക്ട്രോണിക് ഉത്പന്നങ്ങളുമായി ഒരു കച്ചവടക്കാരൻ വന്നു. അവനെ കണ്ടതും ഉമ്മ മൽമലിന്റെ തട്ടമെടുത്ത് തലയിലിട്ടു. ഉമ്മയോടൊപ്പമുള്ള കോഴിക്കുഞ്ഞുങ്ങൾ ഇളംവെയിൽ കൊള്ളുകയായിരുന്നു. നിലത്ത് വട്ടത്തിലിട്ടുകൊടുത്ത നുറുക്കരി തിന്നാൻ തിക്കിത്തിരക്കുന്ന കോഴിക്കുഞ്ഞുങ്ങളെ അനുസരിപ്പിക്കാൻ ഒരു കൈയിൽ ഓലക്കാലുമുണ്ട്. കച്ചവടക്കാരൻ വന്നു കയറിയ ഉടൻ വലിയ സഞ്ചി താഴെവച്ച് ടൈ നേരെയാക്കി ഒരൊറ്റ കാച്ചാണ്: ഗുഡ്മെണിങ് മേഡം! ലാറ്റക്സ് മൾട്ടിനാഷണൽ ഇലക്ട്രോണിക്സ് കമ്പനിയുടെ പ്രോഡക്ടിന്റെ പരസ്യപ്രചരണാർത്ഥം കമ്പനി അയച്ച റെപ്രസെന്റേറ്റീവ് ആണു ഞാൻ.

അവസാനത്തെ പിടി അരിമണിയും കോഴിക്കിട്ടുകൊടുത്ത് മുട്ടിനു കൈതാങ്ങി ഉമ്മ എഴുന്നേറ്റു.

അല്ല കുട്ട്യേ, കറണ്ടിന്റെ ഇസ്ത്രിപ്പെട്ടീണ്ടോ?

അയാൾ യൂറോപ്യൻ സ്റ്റൈലിൽ ചുമൽ ഉയർത്തി കൈകൊണ്ടു പ്രത്യേക ചേഷ്ട കാണിച്ചു:

ഓ, ഷുവർ! ലൂണാ അയേൺ ബോക്സ് - ഞങ്ങളുടെ പ്രസ്റ്റീജ് ഐറ്റം!

ഉമ്മായ്ക്ക് ചില പദങ്ങളുടെ അർഥം ഒരുവിധം പിടികിട്ടുന്നെന്നേയുള്ളൂ. വന്ന കക്ഷി മുൻവരിപ്പല്ലിൽ ക്ലിപ്പിട്ടതുകൊണ്ട് ചിരിക്ക് ആകെ പുഴുപ്പല്ലിന്റെ പ്രതീതിയാണ്.

ഉമ്മ ചോദിച്ചു.

അല്ലമോനേ, ഇങ്ങനെ കച്ചോടത്തിനു പോകുമ്പം പല്ല് തേയ്ക്കാൻ പാടില്ലാന്നുണ്ടോ?

ചൂളിനിൽക്കുന്ന അവനു മുന്നിൽ ഉമ്മ രണ്ടാമത്തെ ചോദ്യമെറിഞ്ഞു:

ആട്ടെ, ഇസ്തിരിപ്പെട്ടിക്കെന്താ വെല?

റ്റൂ ഹൺഡ്രഡ് ആന്റ് ഫിഫ്റ്റി റുപ്പീസ്.

എനിക്ക് നിന്റെ ഇംഗ്ലീശൊന്നും തിരീലാ.

ഞാനൊരു മുപ്പതുറുപ്പികതരും. നീ അതുകൊണ്ട് കബൂലാക്കണം.

ഉമ്മാ, ഞാൻ പറഞ്ഞത് ഇരുനൂറ്റമ്പതാണ്. കമ്പനിവെല.

ഒരു സാധനത്തിനു വാങ്ങുന്നോരാ വെല ഇടേണ്ടത്, അല്ലാതെ കമ്പനിയല്ല.

ഉമ്മാന്റെ ഇച്ഛാശക്തിക്കു മുന്നിൽ കച്ചവടക്കാരന്റെ മൾട്ടിനാഷണൽ കമ്പനി ഒന്നുമല്ലാതായി.

കച്ചവടക്കാരന്റെ സകല മസിലിന്റെയും നെട്ടും ബോൾട്ടും ഒറ്റയടിക്കു താഴെ വീണു. അവൻ ചിരിച്ചു മണ്ണുകപ്പി.

ഉമ്മ അവനെ നോക്കി ഒരു മറുചിരി ചിരിച്ചു

ഒടുവിലവൻ പറഞ്ഞു: ഞാൻ തോറ്റു എന്റെ ഉമ്മാ. നിങ്ങളറുപതു തന്നാ മതി.

അറുപതു രൂപ കൊടുത്തിട്ട് ഉമ്മ ചോദിച്ചു:

മോന് വീട്ടിലാരൊക്കെയുണ്ട്.

അച്ഛനും അമ്മയും ചെറുപ്പത്തിലേ മരിച്ചു. കാലം കുറച്ചായി ഈ പണിയാ. വലിയ ഗുണമൊന്നുമുണ്ടായിട്ടല്ല, ജീവിക്കണ്ടേ?

അപ്പം നീ മങ്ങലം കഴിച്ചില്ലേ?

ലൗമാര്യേജാ. ഓള് ക്രിസ്ത്യാനി. ഞാൻ ഹിന്ദു. ഒരു മോള്.

അപ്പം മോളെ നീ മുസ്ലിമാക്കി വളർത്തിയാ മതി.

അതെന്തിനാ ഉമ്മാ?

നാട്ടില് നെറച്ചും ജഹള*യല്ലേ, കൊഴപ്പംണ്ടാക്കാൻ പൊറത്ത്ന്ന് പ്രത്യേകിച്ച് ആളെ എറക്കണ്ടല്ലോ.

അവൻ ചിരിയോടുചിരി.

ആട്ടെ മോൾക്ക് എത്ര പ്രായായി?

വീടോർമ്മയിൽ അവൻ അഗാധമായി പുഞ്ചിരിച്ചു:

ഈ വരുന്ന ചൊവ്വാ മോൾക്ക് ഒരു വയസ്സ് തെകയും.

സാധനങ്ങൾ നിറച്ച ആ വലിയ സഞ്ചി തോളിലിടുംമുമ്പ് ഉമ്മ പറഞ്ഞു:

നീ ചായ കുടിച്ചിട്ട് പോയാ മതി, മോനേ...

ഉമ്മയുടെ വാത്സല്യത്തിനുമുന്നിൽ അവൻ കീഴടങ്ങി.

പിരിയുമ്പോൾ ഉമ്മ അവന് നൂറിന്റെ രണ്ടു നോട്ടുകൾ ചുരുട്ടിമടക്കി നൽകി: നിന്റെ മോൾടെ പെറന്നാളിന് എന്റെ വക ഒരു ഉടുപ്പ് വാങ്ങിച്ചു കൊട്.

അതു വാങ്ങി അവൻ നിന്ന നില്പിൽ കരഞ്ഞു.

---

* കലഹം

ഉമ്മ ചിരിച്ചു:

നിന്നെപ്പോലെ ആള്കളാ ഈ നാട് വെടക്കാ*ക്കുന്നത്, വേണ്ടാത്ത തിനും വേണ്ടുന്നതിനും കരഞ്ഞിട്ട്? നീ പോ, ഓളേം മോളേം കൂട്ടി ഒരു ദിവസം വാ.

അയൽപക്കത്ത് കരിനാക്ക് നബീസ വന്നപ്പോൾ ഉമ്മ പറഞ്ഞു:

ഞാമ്പാങ്ങിയ ഇസ്തിര്യട്ടിന്റെ വർത്തമാനം അറിയ്യോ? ഇരുനൂറ്റ യ്മ്പത് ഉറുപ്പിക പറഞ്ഞ് ഓനെന്നെ പറ്റിക്കാൻ നോക്കി. ഞാൻ അറു പതുറുപ്പിക കൊടുത്ത് ഓനെ തോല്പിച്ചു. എന്റടുത്താ കളി!

എവിടെ പെട്ടി, കാണട്ടെ.

അതു ഞാൻ നിനക്കു കാണിക്കൂലാ, നബീസാ. എന്തെങ്കിലും പറഞ്ഞ് നീയതു കേടാക്കും.

കരിനാക്ക് നബീസ വരുന്നുവെന്നറിഞ്ഞാൽ, അവരുടെ നിഴലനക്കം കണ്ടാൽ ഉമ്മ ഓടിപ്പോയി കോഴിക്കുഞ്ഞുങ്ങളെ മുഴുവൻ കൂട്ടിനക ത്താക്കും.

ഇതൊക്കെ ഉമ്മാന്റെ ഓരോ അന്ധവിശ്വാസമാ. ഞാൻ പറയും.

നിനക്കറിയാഞ്ഞിട്ടാ. കരിനാക്കും കണ്ണേറുംകൊണ്ട് ഒരുപാടനുഭവി ച്ചോളാ ഈ ഞാൻ.

പെട്ടെന്ന് ഉമ്മ ഓർമ്മകളുടെ കണ്ണീർക്കയങ്ങളിൽ മുങ്ങും.

എത്തേണ്ട സമയമായിട്ടും എത്താത്ത മക്കൾ... മോർച്ചറിയിൽനിന്നു വന്നപ്പോൾ ഉമ്മ കരിനാക്ക് നബീസയെ പ്രാകുകയായിരുന്നു. അഞ്ചു പേര് ഒന്നിച്ച് ഓളെ മുമ്പിൽപോയി പെടരുതെന്ന് എത്ര വട്ടം പറഞ്ഞതാ, ഞാൻ... ഓളെ കണ്ണിൽ പരുന്താണ്... ന്റെ റബ്ബേ, നീയെന്നെ കൊന്നുതാ.

ആ കാലവർഷത്തിലെ ബോട്ടപകടത്തിൽ രണ്ടു മക്കളുടെ മൃത ശരീരം മാത്രമേ കരയിലെടുത്തുള്ളൂ. മൂന്നാമൻ ഒരു കരയിലും വന്നില്ല.

എന്നിട്ടും കരിനാക്ക് നബീസ വന്നപ്പോൾ ഉമ്മ ചായ കൊടുത്തു. വർത്തമാനം പറഞ്ഞു.

എന്നാൽ ഉമ്മയുടെ കോഴിക്കുഞ്ഞുങ്ങളെ മാത്രം അവർക്കു കാണിച്ചു കൊടുത്തില്ല.

കരിനാക്ക് നബീസ വീട്ടിൽ വന്നു മടങ്ങിയ ദിവസം സന്ധ്യയായാൽ ഉമ്മ മക്കളെയൊക്കെ പിടിച്ചിരുത്തി ഉപ്പ്, ഉണക്കമുളക്, കടുക് എന്നിവ ഒരു കടലാസിൽ കിഴിപോലെ കെട്ടി ഞങ്ങളുടെ തലയ്ക്കു മുകളിലൂടെ വട്ടത്തിൽ ഉഴിഞ്ഞ് അടുപ്പിലിടും. അടുപ്പിൽനിന്ന് പടപടാ പൊട്ടുന്ന ശബ്ദം കേട്ട് പറയും: കണ്ടില്ലേ, ഓളെ കണ്ണേറിന്റെ കടുപ്പം!

ഒരു ദിവസം കരീം എന്ന കാർപ്പെറ്റ് കച്ചവടക്കാരൻ വന്നു. ഒരു ചുവന്ന ചവിട്ടിയെടുത്തു വില ചോദിച്ചു, ഉമ്മ.

---

* ചീത്തയാക്കുക

നൂറുറുപ്പിക.

ഒട്ടും കുറയില്ലേ?

ഉമ്മ എത്ര തരും?

ഞാനൊരു മുപ്പതുറുപ്പിക തരും. നീ അതുകൊണ്ട് കബൂലാക്കണം.

ഉമ്മയെ അമ്പരപ്പിച്ച് കരീം അതു വിറ്റു. കാശ് കൊടുക്കുമ്പോൾ ഉമ്മ ഇടംകണ്ണിട്ട് ചോദിച്ചു:

നീയെന്നെ പറ്റിച്ചില്ലല്ലോ?

പല കിസ്സുകളും പറയുന്ന കൂട്ടത്തിൽ കഥകളൊക്കെയെഴുതുന്ന എന്റെ വീടെവിടെയാണെന്നു കരീം അന്വേഷിച്ചു.

ഉമ്മ പറഞ്ഞു:

ഇതെന്ന്യാ വീട്. ന്റെ മോനാ. പക്ഷേ ഓനിപ്പം തൃശൂരാ.

കരീമിന് വിശ്വസിക്കാനായില്ല.

കക്ഷീന്റെ കഥകളൊക്കെ എനിക്കു വല്യ ഇഷ്ടാണ്. ഞാൻ മൂപ്പരുടെ ഒരാരാധകനാണ്.

അല്ലാഹുവല്ലാതെ ആരാധനയ്ക്കർഹനായി ആരുമില്ല, മോനേ.

മോന്റെ കഥ വായിക്കാറില്ലേ?

വായിക്കും... ഒന്നും മനസ്സിലാവൂല. നാലുവരി വായിക്കുമ്പം എനിക്കുറക്കം വരും.

ഒന്നും മനസ്സിലാവില്ലേ?

ഫോട്ടോ ഒഴിച്ച് ഒന്നും മനസ്സിലാവൂല.

പേപ്പറില് മൂപ്പര്ടെ ഫോട്ടോവൊക്കെ കാണുമ്പം ഉമ്മാക്കു സന്തോഷം തോന്നൂലേ?

ഇല്ല, മാത്രമല്ല ഓന്റെ കാര്യം ഇങ്ങനെയായിപ്പോയല്ലോ എന്നോർത്ത് സങ്കടം വരും.

അതെന്താ, അങ്ങനെ?

നാട്കേളിയും ബീട്പട്ടിണിയുംന്ന് കേട്ടിട്ടില്ലേ? ഫോട്ടോ കാണിച്ചാൽ അരി കിട്ടോ, മോനേ?

മൂപ്പര്ടെ കഥാപുസ്തകം കോളേജിലൊക്കെ ഒരുപാട് പേര് പഠിപ്പിക്കുന്നുണ്ട്.

ഒരു തെങ്ങില് കേറാൻകൂടി അറിയാത്ത ഓൻ ഇക്കണ്ട കുട്ട്യോളെയൊക്കെ എന്തു പഠിപ്പിക്കാനാ, മോനേ... അല്ലാഹുത്തആല എല്ലാ ആപത്തിൽനിന്നും നമ്മളെയെല്ലാം കാത്തുരക്ഷിക്കുമാറാകട്ടെ!

കരീം വീട്ടിൽ നിത്യസന്ദർശകനായി.

തറവാട്ടിൽ ചെന്നപ്പോൾ ഉമ്മ വിഷാദിച്ചിരിപ്പാണ്.

മൂത്ത ഇത്ത വിശദീകരിച്ചു.

പത്തുപന്ത്രണ്ടു കോഴിക്കുഞ്ഞുങ്ങളുണ്ടായിരുന്നു. നാലെണ്ണം കാക്ക കൊത്തിക്കൊണ്ടോയി. രണ്ടിനെ പരുന്തും റാഞ്ചി. മൂന്നെണ്ണത്തിനെ കീരി പിടിച്ചു. ഇന്നലെ ഇതാ, അവസാനത്തെ കോഴിയേം കുറുക്കൻ പിടിച്ചു. എത്ര കോഴിയാ ഇങ്ങനെ പോയത്. ഉമ്മാക്ക് നൊസ്സാണ്.

ഉമ്മ ഒന്നും പറയാതെ, ജലപാനം കഴിക്കാൻ കൂട്ടാക്കാതെ ആ രാത്രിയിലുറങ്ങി. രാത്രിയിൽ ആരോടൊക്കെയോ സംസാരിച്ചു. കോഴികളോടുള്ള ഈ ഭ്രമം കാണുമ്പോൾ ഇടയ്ക്കു സംശയം തോന്നും. ഇത്ത പറയുന്നതിലും കാര്യമുണ്ടോയെന്ന്. ഉമ്മയ്ക്ക് ഇച്ചിരി, പൊടിക്ക് വട്ടുണ്ടോ? നേരിയ നൊസ്സ്?

അല്ലെങ്കിൽ എന്തിനാണീ സാഹസം? അധ്വാനം?

വിരിഞ്ഞ ഉടനെയുള്ള കോഴിക്കുഞ്ഞുങ്ങളുമായി പാണ്ടികൾ മലയിറങ്ങി. വീട്ടുമുറ്റത്തെത്തി ഒരു വിളിയാണ്. ബാലുമുത്തുചെട്ടിയാർ നടത്തുന്ന ഫാമിൽ വിരിഞ്ഞ കോഴി ഒന്നിന് മൂന്നു രൂപ. വിൽക്കുമ്പോൾ പത്ത്. ബഹുവിധ നിറങ്ങൾ പുരട്ടിയ ഭംഗിയുള്ള കോഴിക്കുഞ്ഞുങ്ങളെ ഉമ്മ ആർത്തിപിടിച്ചു വാങ്ങിക്കൂട്ടും. പിന്നെ മക്കളെപ്പോലെ വേണ്ട, ഇരുപത്തിനാല് മണിക്കൂറും അതിനോട് വർത്തമാനം പറഞ്ഞ്, അതിനെ പരിചരിച്ച്, അതിനെ കിന്നരിച്ച്, അതിനെ പേരിട്ടു വിളിച്ച് ദിവസം കഴിക്കും. ഉമ്മയുടെ സകലമാനശ്രദ്ധയെയും തോല്പിച്ചുകൊണ്ട് ആദ്യം കാക്കകളുടെ, പിന്നെ കീരിയുടെ, ഒടുവിൽ കുറുക്കന്റെ വായിലേക്ക് കോഴികൾ ഒന്നൊന്നായി ഒടുങ്ങും.

ഒരു ദിവസം കരീമിനോട് ഉമ്മ എന്തോ രഹസ്യമായി ചോദിച്ചു:

ഞാൻ നോക്കട്ടെ ഉമ്മാ എന്നു പറഞ്ഞ കരീം അടുത്തയാഴ്ച മൂപ്പെത്തിയ നാലു കോഴിക്കുഞ്ഞുങ്ങളുമായി വന്നു.

കോഴിയെ കാർട്ടൺപെട്ടിയിൽ നിന്നിറക്കിയ ഉടൻ ഉമ്മ പറഞ്ഞു: യ്യോ, ഇതും മെഷീൻ കോഴിയാണ്.

അതെങ്ങനെ ഉമ്മാക്കു മനസ്സിലായി?

എനിക്കു തിരിയും. ഈ ദുനിയാവിനോട് മുഴുവൻ ഒരു പുച്ഛമുണ്ടാവും മുഖത്ത്. തനിക്കറിയാത്തതായി ഒന്നുമില്ലെന്നു വിചാരിക്കും, പാവം, അശ്രദ്ധമായ കഴുത്തുവെട്ടിക്കലും നടക്കലും കുതിക്കലും. എങ്ങോട്ടാണ് പോകേണ്ടതെന്നറിയില്ലാ!

രണ്ടാഴ്ച യാത്ര കഴിഞ്ഞു വീട്ടിലെത്തിയപ്പോൾ കോഴിക്കുഞ്ഞുങ്ങളുടെ യാതൊരനക്കവുമില്ല.

ഞാൻ പറഞ്ഞില്ലേ, അതു മെഷീൻ കോഴിയാണെന്ന്. എല്ലാറ്റിനെയും കുറുക്കനും കീരിയും കൊണ്ടോയി. നിന്റെ തൃശൂരില് നല്ല നാടൻ കോഴിയെ കിട്ടൂന്ന് തെങ്ങുകേറുന്ന തോമസിന്റെ കൂടെ ഒളിച്ചോടിവന്ന റോസമ്മ പറഞ്ഞു - ഓള് തൃശൂരിലാണല്ലോ.

കാര്യം പിടികിട്ടി.

ഞാൻ ചോദിച്ചു:

കഴിഞ്ഞ തവണ തൃശൂരില് വീട്ടില് വന്നപ്പോ, അയൽപക്കത്തെ വീടുകൾ മുഴുവൻ ലോഹ്യം പറഞ്ഞ് കയറിയിറങ്ങിയതിന്റെ ഉദ്ദേശ്യം ഇതാണ് അല്ലേ?

കളവുമുതൽ കണ്ടുപിടിക്കപ്പെട്ട കുട്ടിയെപ്പോലെ ഉമ്മ ഉടൻ കുറ്റം സമ്മതിച്ചു.

നിന്റെ മക്കളെ കാണാൻ കൊതിയാവുന്നു എന്ന് ഉമ്മ പറഞ്ഞതിന്റെ പിന്നിലും വേറെ ഉദ്ദേശ്യമുണ്ടായിരുന്നു.

തൃശൂര് വീട്ടിൽനിന്ന് ഇറങ്ങുംമുമ്പ് ഉമ്മ പറഞ്ഞു:

ന്റെ കൈയില് ഒരു കാർഡ്ബോഡിന്റെ പെട്ടീണ്ട്.

പക്ഷേങ്കില് അതു നീ എടുക്കണ്ടാ; ഞാനെടുത്തോളാ-

ന്താണത്?

വാതിലിനു പുറകിൽനിന്നു ഭാര്യ രഹസ്യം ഒളിപ്പിക്കുംപോലെ ചിരിയമർത്തി.

നീ ദേഷ്യം പിടിക്കര്ത്. ഒരു പൂവനും ഒരു പെടയും! കറുത്ത് ലക്ഷണ മൊത്ത നല്ല വാല്യക്കാരനായ നാടൻകോഴിയാ.

തലയിൽ കൈവെക്കുംപോലെ ഞാൻ നിന്നു.

പത്തിരുന്നൂറ്റിച്ചില്വാനം കിലോമീറ്ററാ.

ബസ്സിൽ പോകണം. പോരാത്തതിന് ആവശ്യത്തിനു ലഗേജും.

എന്റെ മുഖം ചുവന്നു വരുന്നതു കണ്ടപ്പോൾ ഉമ്മ ആവർത്തിച്ചു.

നീ എടുക്കേണ്ട. ഞാൻ പിടിച്ചോളാം.

മാസത്തിൽ രണ്ടുതവണ ശ്വാസംമുട്ടുവന്ന് ആശുപത്രീ പോവുന്ന കക്ഷിയാണ്.

ഞാൻ പറഞ്ഞു:

റബ്ബാണേ, ഞാൻ കോഴിപ്പെട്ടി തൊടൂലാ!

ബസ്സ് കിട്ടാൻ ഒന്നേകാൽ കിലോമീറ്റർ നടക്കണം.

ഉമ്മ ആ കെട്ടുമായി നടക്കുന്നതു കണ്ടപ്പോൾ ഉള്ളിലെവിടെയോ കുറ്റബോധം.

ഞാൻ പറഞ്ഞു: ആ പെട്ടിയിങ്ങു താ.

മടിച്ചുനിന്ന ഉമ്മയുടെ കൈയിൽനിന്നു ദേഷ്യത്തോടെ, ബലപൂർവ്വം തട്ടിപ്പറിക്കുംപോലെ പെട്ടി വാങ്ങി. അതിന്റെ ആഘാതത്തിൽ പെട്ടി ഉലഞ്ഞതും അകത്തിരുന്ന കോഴികൾ രണ്ടും കലപില കൂട്ടാൻ തുടങ്ങി. എന്തു ചെയ്യണമെന്നറിയാതെ, പെട്ടി ഉലയാതെ, സൂക്ഷിച്ച് ഞാനതുമായി

ബസ്സ്റ്റോപ്പിൽ നിൽക്കുമ്പോൾ ഉമ്മ ആ നാട്ടിൻപുറമാകെ പുതിയതായി കാണുന്നതുപോലെ ചുറ്റുപാടും നോക്കുന്നതായി ഭാവിച്ചു.

നഗരത്തിലെ ബസ്സ്റ്റോപ്പിൽ ഞങ്ങൾ എത്തിയതും എങ്ങുനിന്നെന്നില്ലാതെ ഒരു ടൗൺ ടു ടൗൺ ബസ്സ് ഇടിച്ചെത്തി.

ബസ്സിൽ ഏറ്റവും പിറകിൽ രണ്ടു സീറ്റുകൾ മാത്രം. അതിൽ ഞെരുങ്ങിയിരിക്കുമ്പോൾ സീറ്റിനടിയിൽ വെച്ച കോഴിയെ അടക്കം ചെയ്ത പെട്ടിയിലായിരുന്നു, ചിന്ത മുഴുവനും. വണ്ടി ചങ്ങരംകുളത്തിനു തൊട്ടുമുമ്പുള്ള ഒരു വലിയ ഹംബിൽ കയറിയതും ബസ്സിന്റെ പിൻസീറ്റിൽ ഞങ്ങൾ തുള്ളിയെഴുന്നേറ്റുപോയി. പെട്ടിക്കുള്ളിലെ കോഴിക്ക് സകല നിയന്ത്രണങ്ങളും തെറ്റി. അവ ഭയപ്പെട്ട് ഒച്ചയിട്ടു. കൊക്കക്കൊക്കക്കൊക്കക്കോ...

ശബ്ദം കേട്ട് ബസ്സിലുള്ളവരൊക്കെ ഒറ്റയടിക്ക് തിരിഞ്ഞുനോക്കി. ഞാൻ പരുങ്ങി.

ടൗൺ ടു ടൗണിന്റെ കുതിച്ചുപായലിൽ ഓരോ ഹംബിലും കുഴിയിലും ബസ്സിന്റെ പിൻസീറ്റ് തുള്ളിച്ചാടി. കോഴി കൊക്കരയിട്ടു. അപ്പോഴൊക്കെ, ഉറക്കത്തിലും ലോകകാര്യങ്ങളിലും മുഴുകിയ യാത്രക്കാർ പൊടുന്നനേ അതു നിർത്തി ശബ്ദത്തിന്റെ ഉറവിടമന്വേഷിച്ച് ഒന്നിച്ചു തലതിരിച്ചു.

ഇടയ്ക്കൊരാൾ പറയുകയും ചെയ്തു.

ഏതോ അണ്ണാച്ചിമാരാണ്. അവരെക്കൊണ്ടുള്ള ശല്യം സഹിക്കാൻ വയ്യാതായിരിക്കുന്നു.

ദേഷ്യം കടിച്ചമർത്തി. ഏതു നിമിഷവും പിടിക്കപ്പെടാവുന്ന ഒരു പ്രതിയാണ് ഞാൻ. സീറ്റിൽ നേരാംവിധം അമർന്നിരിക്കാൻകൂടി കഴിയുന്നില്ല. ഈ നിലയ്ക്കു പോയാൽ എന്റെ പ്രശസ്തിയും അഭിമാനവും എന്താവും?

ദേഷ്യഭാവം കണ്ട് ഉമ്മ ഇടയ്ക്ക് എന്റെ എതിർദിശയിലേക്ക് തല തിരിച്ച് ഒളികണ്ണിട്ടു ചിരിയടക്കി.

ചങ്ങരംകുളത്തെത്തിയതോടെ മുന്നിൽ ഒരു സീറ്റു കാലിയായി. ഞാൻ ഉമ്മയോട് ആംഗ്യം കാട്ടി: അവിടെ പോയി ഇരുന്നോ. നടുവിനു സുഖമില്ലാത്തതല്ലേ?

ഉമ്മ ആ സീറ്റിലേക്ക് പാഞ്ഞുപോയിരിക്കുന്നതും ഒരു ഗൂഢമന്ദഹാസം എനിക്കു നേരെ എറിയുകയും ചെയ്തു.

നിർഭാഗ്യം എന്റെ കൂടെപ്പിറപ്പ്. ചങ്ങരംകുളത്തുനിന്നു കയറിയവരിൽ ഒരാൾ എന്റെ തൊട്ടടുത്ത സീറ്റിൽ വന്നിരുന്നു. ഒരു ആളലോടെ ഞാൻ തിരിച്ചറിഞ്ഞു - പരിചയക്കാരനാണ്. യൂണിവേഴ്സിറ്റിയിൽ ഗവേഷണ വിദ്യാർത്ഥിയാണിപ്പോൾ. വിഷയം: പ്രാകൃതാനന്തരസ്വത്വം മലയാള ഭൂമികയിൽ.

ഡോക്ടറേറ്റ് വിദ്യാർത്ഥി ആയതോടെ അദ്ദേഹം തന്റെ ഇൻസൈഡ് ചെയ്ത കുപ്പായവും പാന്റ്സുമൊക്കെ അയൽപക്കത്തെ പാവപ്പെട്ട കുടുംബത്തിന് ദാനം ചെയ്തു. ഇപ്പോൾ പരുക്കൻ ജുബ്ബയിലും മുണ്ടിലുമാണ്.

എന്നെ തിരിച്ചറിയാതിരിക്കട്ടേയെന്നു പ്രാർത്ഥിച്ച് മുഖം വെട്ടിച്ചിരുന്നു. അങ്ങനെ സംഭവിച്ചാൽ എന്റെ പ്രസക്തി, അഭിമാനം ഇവയൊക്കെ കുറെക്കൂടി ഗുരുതരാവസ്ഥയിലാവും.

സത്യത്തിൽ എനിക്കും അദ്ദേഹത്തിനുമിടയിൽ ഈ നശിച്ച കോഴിയില്ലായിരുന്നെങ്കിൽ എത്ര നന്നായേനെ... മലയാള സാഹിത്യത്തെക്കുറിച്ച് എന്തെല്ലാം സംസാരിക്കാനിരിക്കുന്നു. ബസ് കോഴിക്കോട്ടെത്തുന്നതറിയില്ല.

നിർഭാഗ്യം എന്റെ കൂടെപ്പിറപ്പ് എന്നു പറഞ്ഞല്ലോ. അതുതന്നെ വീണ്ടും സംഭവിക്കുന്നു.

അദ്ദേഹം എന്നെ തിരിച്ചറിഞ്ഞുകഴിഞ്ഞു.

അയാൾ വിസ്മയത്തോടെ വിളിച്ചു.

ഹലോ...!

ഞാൻ വിഷാദാത്മകമായി ചിരിച്ചു.

സുഖമല്ലേ?

സുഖം തന്നെയാണ്. (ഈ കോഴി ഇല്ലാതിരുന്നുവെങ്കിൽ!)

ഈയിടെയായി എഴുത്തൊന്നു കുറഞ്ഞോ?

ഞാൻ പറഞ്ഞു:

ഒരു നോവൽ ചെയ്യുകയാണ്.

വെരി ഗുഡ്! നോവലിനാണെങ്കിൽ ഇപ്പോൾ വലിയ ക്ഷാമവുമാണല്ലോ. അതാവുമ്പം ഒരു ദിവസം പത്തുമുപ്പതു പേജ് വെച്ച് എഴുതാമല്ലോ. നല്ല ആരോഗ്യം വേണം, അല്ലേ?

ഞാൻ മൂളി.

സദാ പ്രസന്നവദനനായി നിൽക്കാറുള്ള എന്റെ ഭാവമാറ്റം കണ്ട് അദ്ദേഹം സംശയത്തോടെ വീണ്ടും ചോദിക്കുന്നു:

എന്തുപറ്റി? സുഖംതന്നെയല്ലേ?

ഞാൻ തലയാട്ടി. പിന്നെ സ്വകാര്യമായി കൃഷ്ണമണി താഴേക്ക് നീക്കി - കോഴി! പടച്ചോനേ, എന്റെ സാഹിത്യപ്രവർത്തനങ്ങൾക്ക് എന്തെല്ലാംവിധ തടസ്സങ്ങൾ! ചർച്ചയും ഒരു പ്രവർത്തനമാണല്ലോ.

സംശയിച്ചതുതന്നെ സംഭവിച്ചു. എടപ്പാളിലെത്തുന്നതിനു മുമ്പുള്ള ഹംബുകളിൽവെച്ച് കോഴി അലമുറയിട്ടു കൊക്കരിച്ചു.

ദൈവമേ, ഓരോ ഹംബും ഇങ്ങനെ എന്റെ അഭിമാനത്തിന്റെ നെഞ്ചിലാണല്ലോ വന്നിടിക്കുന്നത്.

അപ്പോഴൊക്കെ ഗവേഷണവിദ്യാർത്ഥിയായ ആ ചങ്ങാതി ഞെട്ടിത്തിരിച്ച് സീറ്റിനടിയിലേക്ക് ഒരു പിടിത്തവും കിട്ടാത്ത മട്ടിൽ കുനിഞ്ഞു നോക്കി. ഹോ, ഈ അണ്ണാച്ചികളെക്കൊണ്ടുള്ള ശല്യം ചില്ലറയല്ല. കണ്ണു തെറ്റിയാൽ മോഷണം, പിടിച്ചുപറി, ഇതാ ഇപ്പോൾ കോഴിയും. മുൻസീറ്റിലെവിടെയെങ്കിലും സുഖിച്ചിരിക്കുന്നുണ്ടാവും. പെട്ടെന്ന് അദ്ദേഹത്തിനു മലയാള സാഹിത്യത്തിന്റെ ഇന്നത്തെ പരിതാപകരമായ അവസ്ഥയെപ്പറ്റി ഓർമ്മവരികയും സംഭാഷണം ആ വഴിക്കു തിരിയുകയും ചെയ്തു.

പത്തിരുനൂറ് കിലോമീറ്ററിലെ യാത്രയ്ക്കുശേഷം ക്ഷീണത്തോടെ വീട്ടിലെത്തി. ഞാൻ ആശ്വാസപൂർവം ഉമ്മയോടു ചോദിച്ചു:

എന്തിന്റെ നൊസ്സാണു നിങ്ങൾക്ക്? ഈ നാട്ടിൽ കോഴിയില്ലാഞ്ഞിട്ടാണോ?

ഒരുപാട് വെഷമിച്ചു അല്ലേ? നീ ദേഷ്യപ്പെടേണ്ട. ഇവിടെ എവിടെയും മെഷീൻകോഴിയാ മോനേ. നാടൻകോഴിക്കേ ശത്രുവിനെ കണ്ടാൽ മനസ്സിലാവൂ.

എന്നിട്ട് കാർട്ടൺ പെട്ടിയുടെ കെട്ടഴിച്ച് കോഴിയെ രണ്ടിനെയും പുറത്തെടുത്തു. വാത്സല്യപൂർവ്വം അതിനെ തലോടി. പിഞ്ഞാണത്തിലെ വെള്ളത്തിലേക്ക് അതിന്റെ കൊക്കിനെയടുപ്പിച്ചു. ആർത്തിയോടെ അതു കോരിക്കുടിച്ചു.

ഉമ്മ അഭിമാനത്തോടെ ആ വലിയ സ്വപ്നം പറഞ്ഞു:

ഞാൻ ഈ കോഴികളിൽനിന്നു പത്തിരുപത്തഞ്ചെണ്ണത്തിനെ വിരിയിച്ചുണ്ടാക്കും. കാട്ടിൽനിന്നു കുറുക്കന്റെ അനക്കം കേൾക്കുമ്പോൾ കൊക്കരിച്ച് കൊക്കരിച്ച് ഈ നാടിനെ ഒന്നാകെ ഉണർത്തും. മെഷീൻ കോഴിക്ക് കാണാനുള്ള ഭംഗിയേ ഉള്ളൂ. നാടൻകോഴി അങ്ങനെയല്ല. അത് അടയിരിക്കുമ്പോൾ അതിന്റെ കുഞ്ഞുങ്ങൾക്ക് എന്തെല്ലാം പറഞ്ഞു കൊടുക്കുന്നുണ്ടെന്നാണ് നിന്റെ വിചാരം?

പെട്ടെന്ന് ഉമ്മ ഏതോ ഓർമ്മയിൽ സ്തംഭിച്ചുനിന്നു. സന്ദർഭത്തിന് ഒട്ടും യോജിക്കാത്തവിധം, എന്തോ മറന്നു നഷ്ടപ്പെട്ടതുപോലെ, അവർ ഒരൊറ്റ പൊട്ടിക്കരച്ചിൽ.

റബ്ബുൽ ആലമീനായ തമ്പുരാനേ, ന്റെ മക്കളെ ഞാൻ നീന്തല് പഠിപ്പിച്ചില്ലല്ലോ.

■

താജ്മഹലിലെ തടവുകാർ

രണ്ടു കുഞ്ഞുങ്ങൾക്കും പനിയായിരുന്നു. കരഞ്ഞുകരഞ്ഞ് എപ്പോഴോ അവർ തളർന്നുറങ്ങിയ രാത്രിയുടെ അവസാന യാമത്തിൽ കറന്റ് പോയി ഉഷ്ണംകൊണ്ട് വിങ്ങിയ ആ മുറിക്കു പുറത്ത് ഒരു ചെറുമഴ പെയ്തു. ഷാജഹാൻ ഒടുവിൽ ആ ജനാല തുറന്നിട്ടതും ഒരു ഇളംകാറ്റും പൂനിലാവും പുറത്തു പ്രത്യക്ഷപ്പെട്ടു. ദൂരെ പുഴ തീരുന്നിടത്തുനിന്ന് ആരോ പാടുന്നതായി തോന്നി. കൊതുകായിരിക്കുമോ?

അയാൾക്ക് എന്തോ ഓർമ്മ വന്നു മുംതാസിനെ നോക്കിയപ്പോൾ പകുതി മുല പുറത്തിട്ട നിലയിൽ തളർന്നുറങ്ങുകയാണ് അവൾ. മറ്റേ മുലയിൽനിന്ന് ഇപ്പോഴും രണ്ടാമത്തെ കുഞ്ഞ് ചുണ്ടുകൾ വിടുവിച്ചിട്ടില്ല.

നിലാവിന് പണ്ടത്തെ സൗന്ദര്യമില്ല. ആകെ വിളറിവെളുത്ത ചന്ദ്രപ്രഭ.

മുംതാസിനെ നോക്കിയിരിക്കെ വല്ലാത്തൊരു കുറ്റബോധം വന്ന് അയാളെ മൂടി.

പാവമാണവൾ. എല്ലാം ത്യജിച്ച് എന്റെ കൂടെ ഇറങ്ങിവന്നവൾ.

മുംതാസിന്റെ സ്ഥിരമായ ഒരു മുഖഭാവം അവളുടെ ഉറങ്ങുന്ന മുഖം തന്നോട് ആവർത്തിക്കുന്ന ചിത്രമാവുന്നു.

താജ്മഹലിലാണ് നമ്മുടെ മധുവിധു എന്നു നിങ്ങൾ പറഞ്ഞു. കൊല്ലം പലത് കഴിഞ്ഞു. താജ്മഹൽ ഇപ്പോഴും കലണ്ടറിൽതന്നെ.

നമ്മുടെ സാഹചര്യം ഒന്ന് ഒത്തുകിട്ടണ്ടേ?

പിന്നെ! സാഹചര്യം ഒത്തവരുടെ സംസ്ഥാന സമ്മേളനമാണല്ലോ അവിടെ. പഴയ സ്നേഹം ഇല്ലാണ്ടായി എന്നു പറ.

അങ്ങനെയൊക്കെയാണ് അതു സംഭവിച്ചത്. ആഗ്ര സ്റ്റേഷനെന്നു കരുതി തൊട്ടടുത്ത സ്റ്റേഷനിൽ ട്രെയിൻ തെറ്റിയിറങ്ങിയപ്പോൾ മുംതാസ് ഉത്തരവാദിത്വത്തെപ്പറ്റി ഓർമ്മിപ്പിക്കുംപോലെ നോക്കി. ഇടയ്ക്കു ഞാനെല്ലാം പലരോടായി ചോദിച്ചു മനസ്സിലാക്കി. തൊട്ടടുത്ത ഹോട്ടൽ, പോകേണ്ട വഴി, ചെലവു കുറഞ്ഞ വാഹനം, അങ്ങനെ പലതും.

അപരിചിതമായ ആ സ്റ്റേഷനിൽ വണ്ടിയിറങ്ങുമ്പോഴേക്കും കുട്ടികൾ രണ്ടും നന്നേ അവശരായി കഴിഞ്ഞിരുന്നു.

ഹോട്ടൽമുറിക്കുള്ളിൽ കടന്നതും പെട്ടികൾ ദൂരേക്ക് എറിഞ്ഞ് രണ്ടു പേരും കട്ടിലിലേക്ക് തളർന്നുവീണു. ഹോ, എന്തൊരു യാത്ര! ദുരിതം പിടിച്ച ഈ യാത്രയുടെ രാപകലുകളുടെ ഓരോരോ സ്റ്റേഷനുകളിലും അയാൾ മനസ്സിൽ വിചാരിച്ചിരുന്നു. ഒഴിവാക്കാമായിരുന്നു, ഈ യാത്ര. മുംതാസിന്റെ പരിഭവവും വാശിയുമാണ് കാരണം. ഇത്തരം യാത്രകൾ വിമാനത്തിലാവണം. പക്ഷേ കുട്ടികളടക്കം ടിക്കറ്റ് ചാർജ് എന്റെ ഒരു വർഷത്തെ വരുമാനംകൊണ്ടും മതിയാവില്ല.

തളർച്ച മാറ്റാൻ പക്ഷേ, മുംതാസിനെ കുട്ടികൾ വിട്ടില്ല. അവർ വാശി പിടിച്ചു കരഞ്ഞു. രണ്ടുപേരെയും അവളെടുക്കണം. മുംതാസ് ഷാജഹാനോട് കയർത്തു. ഒന്നിനെയെങ്കിലും എടുത്ത് വന്ന് ദൂരെപ്പോവോ? മടുത്തു!

കുട്ടികൾ പക്ഷേ ഷാജഹാന്റെ കൈത്തലം തട്ടിത്തെറിപ്പിച്ചു. മുംതാസിനു ശരിക്കും കലി കയറി:

നിങ്ങളൊരു അതിസാമർത്ഥ്യക്കാരനാ. കുട്ടികളെ ലാളിക്കാതെ എന്നും മാറി നിന്നു. വിളിച്ചാൽ അവര് വരില്ല. അവരെക്കൊണ്ട് ശല്യമുണ്ടാവില്ലല്ലോ?

ഷാജഹാൻ അവളോട് അനുതാപപൂർവം സംസാരിച്ചു.

കുട്ടികൾ ശല്യമാണെന്നൊന്നും പറയാതെ മുംതാസേ. ദൈവത്തിന്റെ അനുഗ്രഹമാണ്.

അവൾക്ക് തിരിച്ചൊന്നും പറയാൻ കഴിഞ്ഞില്ല. സത്യത്തിൽ ആ വാക്കുകൾ അവന്റെ പ്രതികാരമായിരുന്നു.

അവരുടെ നിസ്സഹായമായ നിശ്ശബ്ദത നോക്കിയിരിക്കേ, ഒരു വലിയ വാദപ്രതിവാദത്തിൽ പെട്ടെന്ന് ജയിച്ച് അനുകൂല വിധി സമ്പാദിച്ച വക്കീലിനെപ്പോലെ അയാൾ ഗൂഢാനന്ദം കൊണ്ടു. എന്തിനോ ഉള്ള പക ശിഷ്ടജീർണതപോലെ ചില നേരങ്ങളിൽ വല്ലാതെ ആവേശിച്ചുകയറുമായിരുന്നു അയാൾക്ക്.

അനിയത്തിയെക്കൂടി കൊണ്ടുവരായിരുന്നു. നിനക്കൊരു കൈത്തുണയ്ക്ക്.

അവളതു കേൾക്കാത്തതുപോലെ ഭാവിച്ചു.

നിശ്ശബ്ദതയുടെ ചെറിയ ഇടവേളയ്ക്കുശേഷം വിജയിച്ചു മുന്നേറുന്നവനെപ്പോലെ ഷാജഹാൻ കൂട്ടിച്ചേർത്തു:

പക്ഷേ നീ പൊടിക്കു സമ്മതിച്ചില്ല.

അവൾ ദഹിപ്പിക്കുന്ന മട്ടിൽ അവനെ നോക്കി, എന്തോ കുത്തുവർത്തമാനം പറയാനോങ്ങുമ്പോഴേക്കും റൂംബോയ് വന്നു ബെല്ലടിച്ചു. അയാൾ എന്തോ ഹിന്ദിയിൽ പേശി.

ഷാജഹാനു മനസ്സിലാവാതെ വന്നപ്പോൾ മുംതാസിനെ നോക്കി.

നീ സംസാരിക്ക് (നിന്റെ ഹിന്ദി എം.എ. കൊണ്ട് ഇങ്ങനെയെങ്കിലും പ്രയോജനമുണ്ടാവട്ടെ എന്നാണതിന്റെയർത്ഥം)

മുംതാസ് റൂം ബോയിയോട് തപ്പിപ്പിടിച്ച് സംസാരിച്ചു.

രണ്ടുപേർക്കും മനസ്സിലായില്ല എന്നതാണ് സത്യം.

ഒടുവിൽ ഷാജഹാൻ കുറെ മുറി ഇംഗ്ലീഷിലും വക്കുപൊട്ടിയ ഹിന്ദിയിലുമായി കാര്യം നടത്തി.

രാത്രി കഴിക്കാനെന്തുവേണം എന്നാണ് ഇയാൾ ചോദിച്ചത്.

എനിക്കു ബട്ടൂരിയും ചിക്കൻ മസാലയും വേണം – അവൾ.

അയാൾ പറഞ്ഞു: വെജിറ്റേറിയൻ വല്ലതും വാങ്ങിച്ചാൽ മതി. നാടു വിട്ടാൽ പുറത്ത്ന്ന് മാംസം കഴിക്കര്ത്.

അവൾ ഇഷ്ടപ്പെടാതെ മൗനം പാലിച്ചു.

അയാൾ ചപ്പാത്തി, ദാൽ കുട്ടികൾക്കുള്ള പാൽ ഇങ്ങനെ ആവശ്യമുള്ളതിനൊക്കെ വിവിധ ഭാഷകളും ആംഗ്യഭാഷയും ഉപയോഗിച്ച് പറഞ്ഞൊപ്പിച്ചു.

അയാൾ പറഞ്ഞു: ഹോ, ആ പൊട്ടനാണെങ്കിൽ ഒന്നും മനസ്സിലാവുന്നുമില്ല. ഇനി എന്തൊക്കെയാവും കൊണ്ടുവര്വാ. അനുഭവിക്കുകതന്നെ. പിന്നെ അവൾക്കു നേരെ തിരിഞ്ഞ് പരിഹാസം കടിച്ചമർത്തി ഷാജഹാൻ ചോദിച്ചു:

നീ ഈ ഹിന്ദി എം.എയൊക്കെ ഫസ്റ്റ് ക്ലാസിൽ പാസ്സായിട്ട് ഹിന്ദിക്കു പത്താംക്ലാസിൽ 12 മാർക്കു വാങ്ങിയ ഞാൻതന്നെ വേണ്ടിവന്നു.

അവൾക്കത് പൊള്ളി.

ഹിന്ദിയെന്നു പറഞ്ഞാൽ പല ഹിന്ദിയുമുണ്ട്. അവൾ ദേഷ്യം കടിച്ചുപിടിച്ചു പറഞ്ഞു.

പക്ഷേ പ്രയോജനമില്ലാത്ത ഹിന്ദിയുമുണ്ടെന്ന് ഞാനാദ്യം മനസ്സിലാക്കുകയാ.

അപ്പോഴേക്കും കുഞ്ഞുണർന്നു മുലപ്പാലിനു കരഞ്ഞു.

മറുപടി പറയാൻ കഴിയാഞ്ഞതിന്റെ കലിയുമായി മുംതാസ് വിങ്ങിപ്പൊട്ടി.

എനിക്ക് പക്ഷേ എസ്.എസ്.എൽ.സിക്ക് 210 അല്ല. ജില്ലയില് റാങ്കാ. മൂരിവണ്ടീല് വെറക് കേറ്റാൻ പോകുന്നതിനെടേല് പഠിച്ചുണ്ടാക്കിയതല്ല. ഉപ്പ അന്തസ്സായി പഠിപ്പിച്ചതാ.

ഷാജഹാൻ ഒരു തർക്കം ഒഴിവാക്കാൻ തോർത്തുമെടുത്ത് ഒരു വിഡ്ഢിയെപ്പോലെ കുളിമുറിയിലേക്ക് കടന്നു. തലയിൽ തണുത്ത വെള്ളം വീണപ്പോൾ ഷാജഹാന്റെ മനസ്സിൽ ഒരു ചോദ്യം വല്ലാതെ തടസ്സവുമായി വന്നു നിന്നു. എന്തിനാണ് ഈ തർക്കങ്ങൾ. എത്രയൊഴിവാക്കാൻ ശ്രമിച്ചാലും എന്തുകൊണ്ടാണ് ഞങ്ങളെ കലഹങ്ങൾ വന്നു മൂടുന്നത്?

കുളി കഴിഞ്ഞ് വന്നപ്പോഴേക്കും റൂംബോയ് ഭക്ഷണവുമായി എത്തി. നോക്കുമ്പോൾ ബട്ടൂരിയും ചിക്കൻ മസാലയും!

ദേഷ്യത്തോടെ. എന്നാൽ ഈ പയ്യനോട് എന്താണു പറയേണ്ടതെന്നറിയാതെ മുംതാസിനെ നോക്കുമ്പോൾ-

നോക്കുമ്പോൾ അവൾ ഊറിച്ചിരിക്കുന്നു.

ഷാജഹാനും എത്ര ശ്രമിച്ചിട്ടും ചിരിയടക്കാൻ കഴിഞ്ഞില്ല.

ആ ചിരിയുടെ ഹൃദ്യമായ ഓളം അന്നുരാത്രി കുട്ടികൾ ഉറങ്ങുവോളം നിലനിന്നു.

സ്നേഹത്തോടെ അവളെ ചേർത്തുപിടിച്ച് ഷാജഹാൻ ചോദിച്ചു.

എന്തിനാണു നമ്മളിങ്ങനെ എപ്പോഴും ശണ്ഠ കൂടുന്നത്?

അവനെ ചേർത്തുപിടിച്ച് അവൾ പറഞ്ഞു:

ഞാനും അതുതന്നെയാണ് ആലോചിക്കുന്നത്.

നമുക്കെന്താണ് പറ്റുന്നത്.

എന്റെ സ്വഭാവം കാരണം നിങ്ങൾ ഒരുപാട് വിഷമിക്കുന്നുണ്ട് അല്ലേ? അതും പറഞ്ഞ് അവൾ കരയാൻ തുടങ്ങി.

ഷാജഹാൻ ആശ്വസിപ്പിച്ചു.

അങ്ങനെ പറയാതെ! സത്യത്തിൽ എന്റെ സ്വഭാവമാണു മോശം. തൊട്ടതിനും പിടിച്ചതിനും കുറ്റം കണ്ടുപിടിക്കാനുള്ള എന്റെ പ്രത്യേക വാസന... അതൊക്കെ പോട്ടെ.

നാളെ ഒരു നല്ല ദിവസം. നീയെന്നും പറയാറുള്ള നമ്മുടെ ആ താജ്മഹൽ നമ്മൾ കാണും.

അവൾ എന്തോ ഓർത്തു നെടുവീർപ്പിട്ടു.

ഹോ, ചെറുതെങ്കിലും നീണ്ട വർഷങ്ങൾ. സത്യത്തിൽ വിവാഹം കഴിക്കുന്നതിനു മുമ്പ് താജ്മഹൽ കാണാനുള്ളത്ര താത്പര്യമൊന്നും ഇപ്പോൾ തോന്നുന്നില്ല.

പെട്ടെന്ന്, മൂത്ത കുട്ടി ഉറക്കമുണർന്നു ഞെരങ്ങുന്ന രൂപത്തിൽ കരഞ്ഞു. അവൾ ഞെട്ടിപ്പിടഞ്ഞ് അവനെ താളം പിടിച്ചുറക്കി. എന്തോ ശബ്ദം കേട്ടു നോക്കുമ്പോൾ കുട്ടിക്ക് വലിവ്. അവൾ തൊട്ടുനോക്കുമ്പോൾ പനി.

പടച്ചോനേ, പൊള്ളുന്ന പനി...! നമുക്ക് താജ്മഹലൊന്നും കാണേണ്ട, എങ്ങനെയെങ്കിലും നാട്ടിലേക്ക് തിരിച്ചുപോയാലോ?

മാറിമാറി വരുന്ന അവളുടെ പ്രകൃതത്തെപ്പറ്റിയോർത്ത് ഷാജഹാന് കഠിനമായ ദേഷ്യം വന്നു. കുട്ടികളാവുമ്പം ഇത്തരം അസുഖങ്ങൾ സാധാരണമാ. നമ്മളൊരുപാട് യാത്രചെയ്തു. കുട്ടികളെ ഉമ്മമാരെ ഏല്പിച്ച് നമുക്കൊറ്റയ്ക്ക് വരാന്ന് പറഞ്ഞപ്പോ നീ സമ്മതിച്ചുമില്ല.

ഇനിയെന്തു ചെയ്യും. ഒരിറക്ക് വെള്ളംപോലും കഴിച്ചിട്ടില്ല മോൻ.

സാരമില്ല. നീ ആ കാൽപോൾ എടുത്തുകൊടുക്ക്. പനി മാറും.

അയ്യോ, ഞാനതെടുത്തില്ല.

ഷാജഹാന്റെ ശബ്ദം ഉച്ചത്തിലായി. നിന്നോട് നൂറുതവണ പറഞ്ഞതാണ്, മരുന്നിന്റെ ആ കിറ്റെടുത്ത് വെക്കാൻ, നിനക്കുണ്ടോ വല്ല ബോധവും. ആവശ്യമില്ലാത്ത കാര്യങ്ങളിലൊക്കെ നിനക്കു വലിയ താത്പര്യമാണല്ലോ. മനുഷ്യനു സ്വൈര്യം തരില്ലാന്നു വെച്ചാല്...

അതിനു മറുപടി പറയാതെ അവൾ കുട്ടിയെ ചേർത്തുപിടിച്ചു.

അയാൾ എഴുന്നേറ്റു പുറത്തുപോയി വാതിൽ ഉച്ചത്തിലടച്ചു. കുറെ നേരം ബാൽക്കണിയിൽ പുറത്തേക്കു നോക്കിനിന്നു. നഗരം വിവിധതരം വെളിച്ചങ്ങളാലും ഉയർന്നതും ഇടുങ്ങിയതുമായ കെട്ടിടങ്ങളാലും ഹിന്ദി കലർന്ന നാട്ടുബഹളങ്ങളാലും മുകേഷിന്റെ ഗൃഹാതുര ഗാനങ്ങളാലും മുങ്ങിയമർന്ന് കലങ്ങിയ ഒരു നദിയായി ഒലിച്ചുവരുന്നതുപോലെ അയാൾക്കു തോന്നി.

ഈ യാത്ര എന്തിനുവേണ്ടിയായിരുന്നു? ആർക്കുവേണ്ടിയായിരുന്നു?

ആരാണ് ഏങ്ങിക്കരയുന്നത്?

എവിടെനിന്നാണ് ആരോ അഴികളിൽ തലയിട്ടടിക്കുന്നത്?

ഷാജഹാനിൽ ആവർത്തനവിരസമായ ഒരു കാരുണ്യം വന്നു നിറഞ്ഞു. അയാൾ ബാൽക്കണി വാതിൽ തുറന്ന് അകത്തേക്ക് നടന്നു.

ഭാഗ്യം, നേരം വെളുത്തപ്പോഴേക്കും കുട്ടികളുടെ പനിയൊക്കെ മാറി; മക്കൾ ഉത്സാഹത്തിലുമാണ്.

താജ്മഹലിലേക്കുള്ള വഴി, പോകേണ്ട രീതികൾ, ചെലവു ചുരുങ്ങിയ യാത്രകൾ – ഇതൊക്കെ വിശദമായി പഠിച്ചുവെച്ചിരുന്നു അയാൾ.

സ്വന്തമായി ഒരു ടാക്സി പിടിച്ചുപോയിക്കൂടെയെന്ന് മുംതാസ് വാശി പിടിച്ചപ്പോൾ ഷാജഹാൻ പറഞ്ഞു:

നമുക്കു തിരിച്ചുപോകാൻ പണമുണ്ടാവില്ല. ഇപ്പോൾത്തന്നെ സ്റ്റേഷൻ മാറിയിറങ്ങിയത് നമ്മുടെ ബജറ്റിനെ ആകെ താളം തെറ്റിച്ചിരിക്കുകയാണ്.

ബസ്സുകൾ മാറിമാറിയുള്ള സാഹസികമായ ആ എളുപ്പപ്പണി മുംതാസിനെ വല്ലാതെ വിഷമിപ്പിച്ചു. കുട്ടികൾ തിരക്കിനിടയിൽ പലപ്പോഴും വാശിപിടിച്ചു കരഞ്ഞു. മുംതാസ് ഷാജഹാനോടുള്ള നീരസം മുഴുവൻ കുട്ടികളോട് കയർത്തുതീർത്തു. ടാക്സി പിടിക്കാത്തതുകൊണ്ടാണ് ഈ ബുദ്ധിമുട്ടുകളൊക്കെയെന്ന് അവളുടെ മനസ്സ് ആവർത്തിച്ചാവർത്തിച്ച് കുറ്റപ്പെടുത്തി.

ഷാജഹാന്റെ കൈയിൽ അതിനുള്ള പണമൊക്കെയുണ്ട്, മനഃപൂർവമാണത് – അവളങ്ങനെ വിശ്വസിച്ചു.

ഒടുവിൽ ഒരു കുതിരവണ്ടിയിൽക്കയറി താജ്മഹലിനു മുന്നിലെത്തി.

അയാൾക്ക് പക്ഷേ താജ്മഹൽ ഒരു വിസ്മയമായി ആദ്യം തോന്നിയില്ല. കലണ്ടറിലാണ് താജ്മഹലിന്റെ ഭംഗി (അല്ലേ, മുംതാസെ എന്ന് അയാൾ ഉള്ളിലമർത്തി.)

അവർ നാലുപേരും ഒന്നിച്ച് ഒരു ഫോട്ടോ എടുത്തു. അപ്പോൾത്തന്നെ കിട്ടുന്ന ഫോട്ടോ.

ഫോട്ടോഗ്രാഫറോട് അയാൾ ചാർജിനെച്ചൊല്ലി പലതവണ വില പേശി.

കുട്ടികൾ പക്ഷേ വല്ലാത്ത ത്രില്ലിലായിരുന്നു. ഉറക്കച്ചടവുള്ള കണ്ണുകൾ തിരുമ്മി അവർ ആ മഹാഗോപുരം വിസ്മയഭരിതമായി കണ്ടു.

ഗാർഡനിലൂടെ താജ്മഹലിനടുത്തേക്ക് നീങ്ങുമ്പോൾ മുംതാസ് പറഞ്ഞു:

മാർബിൾ, പക്ഷേ മങ്ങിപ്പോയിരിക്കുന്നു.

എന്നാലും ഇതൊരദ്ഭുതം തന്നെയല്ലേ?

ഷാജഹാൻ ചോദിച്ചു.

അവൾ പെട്ടെന്ന് അടിവയറ്റിൽ കൈയമർത്തി ഒന്നു നിന്നു.

എന്തുപറ്റി?

ഏയ് ഒന്നുമില്ല.

ഷാജഹാൻ വിശദീകരിച്ചു; താജ്മഹൽ മാത്രമല്ല; ഇതിനു ചുറ്റുമുള്ള ഗാർഡനും മ്യൂസിയവുമൊക്കെ വലിയ സംഭവംതന്നെ.

അവൾ വീണ്ടും വയറ്റിൽ കൈയമർത്തി.

എനിക്കൊന്നു ടോയ്ലറ്റിൽ പോകണം. രാവിലെ പോയപ്പോൾ ശരിയായില്ല.

അയാൾ പെട്ടെന്ന് കയറിവന്ന ദേഷ്യം നിയന്ത്രിച്ചുകൊണ്ടു പറഞ്ഞു:

കണ്ണീക്കണ്ട ചിക്കനൊന്നും വാങ്ങിക്കഴിക്കരുതെന്ന് ഞാൻ നൂറ് തവണ പറഞ്ഞതല്ലേ? ഈ കുട്ടികളെ എങ്ങനെ കൺട്രോള് ചെയ്യും?

പെട്ടെന്ന് എടുത്തടിച്ചതുപോലെ അവൾ ചോദിച്ചു:

ഞാൻ മരിച്ചുപോയാൽ നിങ്ങൾ കുട്ടികളെ എന്താണു ചെയ്യുക, ഒന്നിച്ച് കബറടക്കം ചെയ്യോ?

അയാൾ ഒന്നും പറഞ്ഞില്ല.

അവർക്കിടയിൽ മ്ലാനമായ ഏതാനും മിനിട്ടുകൾ കടന്നുപോയി.

നോക്കിയിരിക്കേ, താജ്മഹലിന്റെ മാർബിൾപരപ്പ് പഴകി, മഞ്ഞളിച്ചു വരുന്നതായി അയാൾ കണ്ടു. ഒടുവിൽ അവരത് കണ്ടുപിടിച്ചു.

അങ്ങേ കോണിൽ മ്യൂസിയത്തിന്റെ പിറകിലാണ് ടോയ്ലറ്റ്. താജ്മഹലിനെ അപേക്ഷിച്ച്, പ്രണയകുടീരത്തെ ഉപേക്ഷിച്ച്, യമുനാ നദിയെ

ഉപേക്ഷിച്ച്, ഉദ്യാനങ്ങളെ ഉപേക്ഷിച്ച് ചരിത്രവസ്തുക്കൾ ക്രമമായി ഒരുക്കിവെച്ച പ്രാകൃതമായ ആ മ്യൂസിയത്തിന് പിറകിലെ ടോയ്‌ലറ്റിലേക്ക് മുംതാസ് ധൃതിയിൽ പാഞ്ഞുചെന്നു.

പക്ഷേ വാതിലടഞ്ഞിരുന്നു.

പെട്ടെന്നാണ് അവർ തിരിച്ചറിയുന്നത്. അനവധി പേർ ഊഴം കാത്ത് നിൽക്കുകയാണ്, ക്യൂവിൽ.

അവൾ പൊറുതിമുട്ടിനിന്നു. കുട്ടികൾ ആകെ അസ്വസ്ഥരായി കരയാൻ തുടങ്ങി. കുഞ്ഞുങ്ങൾക്ക് താജ്മഹലും ഉദ്യാനവും നഷ്ടപ്പെട്ടിരിക്കുന്നു. തിരയുകയാണവർ.

എന്തുചെയ്യണമെന്നറിയാതെ അസ്വസ്ഥയായി ക്യൂവിൽ നിൽക്കുന്ന മുംതാസിനോട് അയാൾക്ക് അളവറ്റ പാവം തോന്നി. വാശിപിടിച്ചുള്ള കുട്ടികളുടെ കരച്ചിലിനിടയിൽ കാരുണ്യം ദേശകാലനിയമങ്ങൾ ലംഘിച്ച് യമുനയിൽ മുഖം നോക്കി.

മടക്കയാത്രയിൽ അവൾ ഏങ്ങിയേങ്ങിക്കരഞ്ഞു.

ഈ യാത്ര എന്തിനായിരുന്നു? എന്താണ് നമ്മൾ കണ്ടത്? ഒന്നും കണ്ടില്ല.

അയാൾ പതിയെ അവളെ ചേർത്തുപിടിച്ചു: സാരമില്ലാ നമുക്കു മറ്റൊരിക്കൽ വരാം.

താജ്മഹലിന്റെ പ്രധാന കവാടത്തിനു പുറത്തുനിന്ന് അവർക്കൊരു ബസ്സ് കിട്ടി. തിരക്കേറിയ ബസ്സ്. അതിൽനിന്ന് സ്ഥാനം തെറ്റി എത്തിയ ഒരു ഗസൽ ഇടമുറിയാതെ പാടിക്കൊണ്ടിരുന്നു. ഭാഷ അറിയില്ലെങ്കിലും അയാളുടെ ഉള്ളിൽനിന്ന് ആരോ അതിങ്ങനെ വിവർത്തനം ചെയ്തു കൊണ്ടിരുന്നു:

"ലോകംതന്നെ വലിയൊരു അദ്ഭുതമാണ്. ഒരു പൂവും ഒരു പൂന്തോട്ടവും ചെറുമൺതരിപോലും. ഈ അദ്ഭുതങ്ങളൊക്കെ ആസ്വദിക്കുന്നതിന് എന്തോ തടസ്സം നമുക്കിടയിലുണ്ട്. ആരോ നമ്മുടെ കൃഷ്ണമണിക്കുമുന്നിൽ വലിയൊരു പാറ കൊണ്ടുവച്ചിരിക്കുന്നു. കവികളേ, നിങ്ങൾ മലിനമാവാത്ത യമുനയെപ്പറ്റി പാടൂ, സാരംഗിക്കുമേലുള്ള വിരലുകളേ, ഞങ്ങളെ ആശ്വസിപ്പിക്കൂ..."

ഇരുട്ടിൽ അയാൾ മാത്രം ഉറങ്ങാതെ കിടന്നു. തീവണ്ടി ഒരമ്മയെപ്പോലെ താരാട്ടുപാടിയുറക്കിയിട്ടും.

അയാൾ ആരോടെന്നില്ലാതെ പറഞ്ഞു: വേണ്ടിയിരുന്നില്ല, താജ്മഹൽ കാണേണ്ടിയിരുന്നില്ല. അതെങ്കിലും ബാക്കിവെക്കാമായിരുന്നു. ∎

നഗരത്തിലെ കുയിൽ

ഒരിടത്ത് ഒരാളുണ്ടായിരുന്നു. അയാളൊരു ദിവസം മൊറോവി എന്ന സ്ഥലത്തേക്ക് ഒരു വിനോദയാത്ര പോയി. ജോലിസ്ഥലത്തെ പിരിമുറുക്കം ഒന്ന് അയച്ചുവിടാൻ ആ ഐ.ടി. വിദഗ്ധൻ ആരെയും കൂടെ കൂട്ടാതെ ഒറ്റപ്പോക്ക് പോവുകയായിരുന്നു.

പോകാനുള്ള പെട്ടി ഒരുക്കിവെക്കുന്നതുവരെ ഭാര്യ മിണ്ടിയതേയില്ല. പെട്ടെന്ന് അവൾ പൊട്ടിത്തെറിച്ചു.

മൊറോവിയിലേക്ക് നിങ്ങൾ പോകുന്നതെന്തിനാണെന്നെനിക്കറിയാം.

അയാൾ മുഖം വികൃതമായ നിലയിൽ ചിരിച്ചുകാണിച്ചുകൊണ്ട് ചോദിച്ചു.

എന്തിനാവും?

എന്നെയും കൂടെ കൂട്ടാത്ത കാരണവും എനിക്കറിയാം.

എപ്പോഴും ചിരിയുടെ ഗോഷ്ടി കാണിച്ച് അയാൾ ചോദിച്ചു:

എന്തിനാവും?

നിങ്ങളുടെ അഹങ്കാരത്തിന് ഞാൻ വെച്ചിട്ടുണ്ട്.

ഗോഷ്ഠി തുടർന്നുകൊണ്ടുതന്നെ അയാൾ ചോദിച്ചു: അതെന്താവും?

അവളുടെ കണ്ണുകൾ നിറഞ്ഞു.

അവസാനത്തെ കറന്റും ഊറ്റിക്കുടിച്ചുകൊണ്ടിരുന്ന വിലകൂടിയ ആ മൊബൈൽ ഫോൺ അയാളെടുത്ത് ആത്മാഭിമാനത്തോടെ നോക്കി. ഇത്രയും കനംകുറഞ്ഞ മുന്തിയ ഫോൺ ഇനി ലോകത്ത് ഇറങ്ങാനിരിക്കുന്നതേയുള്ളൂ.

ഇത്രയും കോസ്റ്റ്‌ലി ആയ ഫോൺ വാങ്ങാൻ നിങ്ങളുടെ കൈയിൽ പണമുണ്ട്. മൊറാവി*യിലേക്ക് ടൂർ പോകുമ്പോൾ സ്വന്തം ഭാര്യയെ കൊണ്ടുപോകാൻ പണമില്ല.

അയാൾ അതു കേട്ടതായി ഭാവിച്ചില്ല.

നിങ്ങളിത്രയും വിലകൂടിയ ഫോൺ ഉപയോഗിക്കുമ്പോൾ എനിക്ക്

---
* മൊറാവി - ഒരു സാങ്കല്പിക നാട്

ക്യാമറ പോലുമില്ലാത്ത ഒരു ഫോൺ തന്നിരിക്കുന്നു. ഭയങ്കര റേഡിയേഷനുള്ള ഫോൺ. ഞാൻ പെട്ടെന്നു ചത്തുപോകാനല്ലേ.

അതത്ര മോശം ഫോണൊന്നുമല്ല. അയാൾ പ്രതിരോധിച്ചു.

ഞാനും ബാംഗ്ലൂരിൽ നിന്ന് ഐ.ടിയിൽ പോസ്റ്റ് ഗ്രാജ്വേഷൻ കഴിഞ്ഞു വന്നവളാണ്. ഗ്രാമത്തിലെ വെറും മണ്ടിപ്പെണ്ണാണ് ഞാനെന്ന് നിങ്ങൾ വിചാരിച്ചോ?

-അവൾ ക്ഷോഭംകൊണ്ട് പൊട്ടിത്തെറിച്ചു.

വിവിധതരം അന്തർദേശീയ എ.ടി.എം. കാർഡുകൾ പേഴ്സിൽ തിരുകുന്നതിനിടയിൽ അയാൾ പരിഹാസം തുടർന്നു.

ഏയ് ഞാനങ്ങനെ വിചാരിക്കുന്നില്ല.

നിങ്ങളുടെ കുഞ്ഞിനെ ഗർഭം ധരിക്കാനാണ് ഞാൻ ജോലിക്ക് പോകാതിരുന്നത്.

അതുകൊണ്ട് നമുക്ക് ഇരട്ടക്കുഞ്ഞുങ്ങൾ ഉണ്ടായല്ലോ.

അത് എന്റെ കുഴപ്പംകൊണ്ടല്ല. അവരെ പറക്കമുറ്റുന്നതുവരെ വളർത്താൻ എന്ന പേരിൽ ഞാൻ തടവറയിൽ കഴിയുന്നു. നിങ്ങളോ, ലോകം മുഴുവൻ റോമിയോവിനെപ്പലെ തരംകിട്ടുമ്പോഴെല്ലാം സർക്കീട്ടടിക്കുന്നു. ജോലിയുടെ സ്ട്രെസ്സ് താങ്ങാനാവുന്നില്ല എന്ന നുണയും പറഞ്ഞ്.

പെട്ടെന്ന് ഇരുണ്ട മഹാവേദനയിൽ പിടിമുറുക്കപ്പെട്ട ഒരാളെപ്പോലെ ദയനീയമായി അവളെ നോക്കി. പെട്ടെന്ന് ഒരു പുരുഷസിംഹമായി തിരിച്ചെത്തി. സിംഹം പക്ഷേ ഒന്നും പറഞ്ഞില്ല.

എയർപോർട്ടിലേക്കു പോകാൻ ടാക്സി വന്നു. സാധനങ്ങൾ കയറ്റി വെച്ച് തിളച്ച ഒരു ലോഹം മറ്റൊരു ലോഹത്തെയെന്നപോലെ പരസ്പരം നോക്കി. അവളുടെ കൺപോളകൾ കരഞ്ഞുവീർത്തിരുന്നു. അവളിൽ നിന്ന് ഒരു യാത്രാമംഗളം അപ്പോഴും അയാളാഗ്രഹിച്ചു.

അവൾ പറഞ്ഞത് ഇത്രമാത്രം: തിരിച്ചുവരുമ്പോൾ ഈ ഭൂമിയിൽ ഞാനുണ്ടായില്ല.

ഒരു ചുടുശ്വാസം വലിച്ചുകയറ്റി അയാൾ വീടിനകത്തേക്ക് നോക്കി. ഉച്ചത്തിൽ അടയ്ക്കപ്പെട്ട വാതിലിനു മുന്നിൽ അഞ്ചു നിമിഷം നിന്നു.

പെട്ടെന്നു വാച്ചിൽ നോക്കി. എയർപോർട്ടിലെത്തേണ്ട സമയമായിരിക്കുന്നു. വിമാനം കയറും മുമ്പ് ഒരു മൊറാവി സിംകാർഡ് വാങ്ങണമെന്ന് അയാൾ പ്രത്യേകം ഓർത്തു.

മൊറാവി, വെബ്സൈറ്റിൽ കണ്ടതിന്റെ ഇരട്ടി സൗന്ദര്യം വമിക്കുന്നതായിരുന്നു. ഒരു പെരുംവനത്തിനകത്തെ ആ അപൂർവ്വ ടൂറിസ്റ്റ് കേന്ദ്രത്തിൽ വണ്ടിയിറങ്ങുമ്പോൾ അയാളുടെ മനസ്സ് ഒട്ടും ശാന്തമായിരുന്നില്ല. എന്തൊക്കെയോ ദുർനിമിത്തങ്ങൾ തന്നെ കാത്തുനിൽക്കുന്നതായി അയാൾക്ക് അനുഭവപ്പെട്ടു. പൂർണമായും മരംകൊണ്ടു പണിത

ആ റിസോർട്ടിൽ ചൂടുവെള്ളമുണ്ടായിരുന്നു. അതിൽ കുളിച്ച് ഒന്നു ഫ്രഷ് ആയി വന്നപ്പോൾ എല്ലാം തീരുമെന്ന് അയാൾ വിചാരിച്ചു.

അപ്പോൾത്തന്നെ എത്തിയ വിവരത്തിന് അയാൾ ഭാര്യയെ വിളിച്ചു. എന്തെങ്കിലും നല്ല വാക്കുകൾ പറഞ്ഞ് സമാധാനിപ്പിക്കണം. അവൾക്ക് ഏറെ ആനന്ദിക്കാൻ കഴിയുന്ന രണ്ടു വാക്യങ്ങൾ അയാൾ മനസ്സിൽ കരുതിവെച്ചിരുന്നു.

ആ പുതിയ ഫോണിന്റെ ഓപ്പറേഷൻ അത്യാവശ്യം സങ്കീർണ മാണെന്ന് ഇതിനകം അയാൾ മനസ്സിലാക്കിയിരുന്നു. കാര്യം അയാളൊരു മികച്ച ഐ.ടി. വിദഗ്ധനൊക്കെയാണെങ്കിലും ടച്ച് ഫോൺ അയാളെ ഉള്ളുകൊണ്ട് ആനന്ദിപ്പിക്കാറില്ല എന്നതാണ് സത്യം. പുതിയ കാല ത്തിന്റെ ഭയമാണ് ടച്ച് സ്ക്രീൻ. ആരുമായും അടുക്കാം, തൊടാം. പക്ഷേ ഒരു കണ്ണ് വേണം. അടുത്തോ എന്നുവെച്ചാൽ അടുത്തു. എന്നാൽ അടു ത്തില്ല. തൊട്ടോ എന്നു ചോദിച്ചാൽ തൊട്ടു. പക്ഷേ അമർത്തിത്തൊട്ടില്ല.

വിരലുകൾ മുട്ടിച്ച് അക്കം തെറ്റാതെ അയാൾ ഡയൽ ചെയ്തു.

അങ്ങേത്തലയ്ക്കൽ നിന്നു നിരന്തരമായി കോളിങ്ങ് ബെൽ മുഴങ്ങി യെങ്കിലും ഫോൺ എടുക്കപ്പെട്ടില്ല. അതോടെ ആധി മൂത്ത് അയാൾ അടുത്ത വീട്ടിലേക്ക് ഫോൺ ചെയ്യാനോങ്ങി. പക്ഷേ ദുരഭിമാനം അയാളെ തടഞ്ഞു. അയൽവീട്ടിലെ ആ മാതൃകാദമ്പതികളെ അയാൾക്കത്ര ഇഷ്ട മല്ലായിരുന്നു. ഒരുമാതിരി വെച്ചുകെട്ട് എന്ന് അയാൾ ആ പാവം ദാമ്പത്യ ത്തെപ്പറ്റി ഭാര്യയോട് എന്നും പറയുമായിരുന്നു. പെട്ടെന്ന് അയാൾ കുളിച്ചു വന്നു. അല്പം വാടക കൂടുതലാണെങ്കിലും സുഖമുള്ള ആ താമസ സ്ഥലം ഒന്നു ചുറ്റിക്കണ്ടു. ജോലിസ്ഥലത്തുനിന്ന് അയാൾക്കേറ്റ അനേകം അപമാനങ്ങളും മുറിവുകളും പ്രതികാരാഭിവാഞ്ഛകളും ഉള്ളിൽ വിങ്ങി നിന്നതിലൊക്കെ ഒരുതരം ലഘുത്വം വന്നു. വീടിനകത്തായാലും പുറത്തായാലും തന്നെ ആരും മനസ്സിലാക്കുന്നില്ല - അയാൾ ശബ്ദ മില്ലാതെ സ്വയം പറഞ്ഞു.

പെട്ടെന്ന് അയാൾക്ക് ഭാര്യയെ വിളിക്കേണ്ട കാര്യം ഓർമ്മ വന്നു.

അങ്ങേത്തലയ്ക്കൽ നിന്ന് അവൾ പെട്ടെന്ന് ഫോണെടുത്തു.

ഹലോ, ഇതു ഞാനാണ്. ഞാൻ മൊറാവിയിൽ സുഖമായെത്തി. നിന്നെ വിളിച്ചിട്ട് കിട്ടിയില്ല.

അവൾ പറഞ്ഞു:

ഞാൻ കുളിമുറിയിലായിരുന്നു.

അയാൾ ആ സമാനതയിൽ ആഹ്ലാദപൂർവം പറഞ്ഞു.

ഞാനും കുളിക്കുകയായിരുന്നു.

പെട്ടെന്ന് അവൾ മുന വെച്ച് തിരിച്ചടിച്ചു: ഓ, അപ്പോഴേക്കും കുളിയും കഴിഞ്ഞോ?

അയാൾ ദീർഘനിശ്വാസം വിടുക മാത്രം ചെയ്തു.

പെട്ടെന്ന് മൊറാവി വനത്തിനുള്ളിൽ നിന്ന് ഒരു കുയിൽ പാടി.

ഫോണിന്റെ അങ്ങേത്തലയ്ക്കൽ നിന്ന് അവൾ പറഞ്ഞു:

കുയിലൊക്കെ പാടുന്നുണ്ടല്ലോ.

സീ, സയൻസ് പഠിച്ച നിനക്കറിയില്ലേ, അതു പാടുന്നതല്ല, പരിസര ത്തെങ്ങാനുമുള്ള ഇണയെ വിളിക്കയാണ്.

അവൾ വീണ്ടും മുന കൂർപ്പിച്ചു:

അപ്പോൾ ഇണ കൂടെയില്ലെന്നാണ് പറയുന്നത് അല്ലേ? - അവൾ വികൃതമായി ചിരിച്ചു.

പെട്ടെന്ന് അയാൾ മൗനിയായി.

സത്യം പറയുമ്പോൾ എന്തേ മൗനം.

അവൾക്ക് ഏറെ സന്തോഷമുള്ള വാക്യങ്ങൾ അയാൾക്കപ്പോൾ ഓർമ വന്നു.

അയാൾ പറഞ്ഞു:

ഈ മൊറോവി എനിക്കൊട്ടും ഇഷ്ടപ്പെട്ടില്ല.

വൃത്തിയില്ലാത്ത ഒരു നഗരം.

പിന്നെ?

ഇവിടെ ഭയങ്കര സ്ട്രിക്റ്റാ.

അവൾ പറഞ്ഞു:

നിങ്ങൾ ഒരു നല്ല കള്ളമെങ്കിലും പറയാൻ പഠിക്ക്. നഗരത്തിലെ വിടെയാണ് കുയിൽ? ടൂറിസ്റ്റ് പ്ലേസിൽ എവിടെയെങ്കിലും നിയമം 'ഭയങ്കര' സ്ട്രിക്റ്റ് ആയിരിക്കുമോ? ആരോടാണ് നിങ്ങളീ കള്ളങ്ങൾ പറയുന്നത്. പത്താംക്ലാസിൽ തോറ്റ് വീട്ടിലിരിക്കുന്ന പെണ്ണല്ല ഞാൻ.

അപ്പോൾ അയാൾ മൗനം ഭജിച്ചു.

ഇനി നിങ്ങൾ പറയാൻ പോകുന്ന കള്ളം വേണമെങ്കിൽ ഞാനങ്ങോട്ട് പറയാം. നീയില്ലാതെ ഈ സ്ഥലം എനിക്കാസ്വദിക്കാനാവുന്നില്ല. വല്ലാത്ത മിസ്സിങ്ങ്... എന്റെ കൂടെ അര മണിക്കൂറിലേറെയിരിക്കാൻ കൂട്ടാക്കാത്ത നിങ്ങൾക്കാണല്ലോ മിസ്സിങ്ങ്!

അവൾ പ്രതികാരപൂർവ്വം പൊട്ടിച്ചിരിച്ചു.

അയാൾ പറയാനോങ്ങി:

എനിക്ക് തെറ്റുപറ്റിയിട്ടുണ്ട്. സമ്മതിക്കുന്നു. ചെയ്യാൻ പാടില്ലാത്തതു തന്നെ. അതിന് കാരണമുണ്ട്. നിന്റെ സ്നേഹത്തിന് ആഴത്തിൽ എന്നെ തൊടാനുള്ള ശക്തിയില്ലാതെ പോയി. അപ്പോഴൊക്കെ ഭൂമിയിലെ ഏറ്റവും അരക്ഷിതനായ മനുഷ്യനായി ഞാൻ മാറിയത് നീയൊരിക്കലും അറി ഞ്ഞില്ല.

പക്ഷേ ഈ വാക്കുകൾ അയാൾ പറഞ്ഞതേയില്ല. ഭാര്യാഭർത്താക്ക ന്മാർക്കിടയിലെ തേയ്മാനവും വികാരരാഹിത്യവും ബാധിച്ച അനേക വാക്കുകളെ ഭയന്ന് അത് മറച്ചുപിടിക്കപ്പെട്ടു.

മൊറോവിയിലെ കന്യാവനത്തിലെ കുയിൽ നാദം പൂർവാധികം ഉച്ചത്തിലായപ്പോൾ അങ്ങേത്തലയ്ക്കൽ നിന്ന് അവൾ ഏറെ അസ്വസ്ഥ യായി.

ഞാൻ വെച്ചേക്കാം, ഒരുപക്ഷേ ഈ നിരന്തരമായ കുയിൽനാദം നിങ്ങളുടെ രഹസ്യഫോണിലെ റിങ്ങ്ടോണല്ലെന്ന് ആരറിഞ്ഞു. ആ ഫോൺ അറ്റന്റ് ചെയ്യാതിരുന്നാൽ വിളിക്കുന്നയാൾക്ക് പ്രയാസമാവും. എന്നെ വിട്ടുകള.

അവൾ ഫോൺ കട്ടുചെയ്തു.

അടുത്തെവിടെയോ ഉള്ള കാട്ടാർ പെട്ടെന്ന് പ്രകമ്പനംകൊണ്ടു.

റിസോർട്ടിന്റെ വരാന്തയിലെ പൈൻ മരം കൊണ്ടു പണിത ആ ഓപ്പൺ ചാരുകസേരയിൽ അയാളിരുന്നു. പിന്നെ കണ്ണടച്ചു.

ഒരു ദിവസം അവളത് നാടകീയമായിട്ടായിരുന്നു അവതരിപ്പിച്ചത്.

ലൈംഗികതയെപ്പറ്റി ധാരാളം പൊലിപ്പിച്ചെഴുതുന്ന സ്ത്രീകളെ സെക്സിനു പറ്റില്ല എന്നാണല്ലോ ഞാൻ വായിച്ചത്.

ചുടുകാപ്പി പൊള്ളി. അയാൾ അത് തീൻമേശയിൽ വെച്ചു.

എന്തേ ഇപ്പഴിങ്ങനെ ഒരു ചോദ്യം?

പരിഭ്രാന്തി മറച്ചുപിടിച്ചുകൊണ്ട് അയാൾ ചോദിച്ചു:

പെട്ടെന്ന് അവൾ വസ്ത്രങ്ങൾ സ്വയം പറിച്ചെടുത്ത് പൂർണ നഗ്ന യായി. കസേര വലിച്ച് അയാളെ അഭിമുഖമാക്കി മടിയിൽ കയറിയിരുന്നു.

അതിന്റെ തള്ളിച്ചയിൽ ആ ചൂരൽക്കസേര പതിയെ പിന്നാക്കം മറിഞ്ഞിട്ടും അവൾ വിട്ടില്ല. അയാളെ വാരിപ്പുണർന്ന് അയാളുടെ ചുണ്ടുകൾ അക്രമാസക്തമായി കടിച്ചുപറിച്ചുകൊണ്ട് ചോദിച്ചു:

എനിക്കില്ലാത്തതെന്താണ് ആ ഇംഗ്ലീഷ് പെൺപമ്മന്?

വർധിച്ച അവളുടെ കരുത്തിൽനിന്ന് തെന്നി നീങ്ങാൻ ശ്രമിച്ച് പരാജയപ്പെട്ട അയാൾ ചോദിച്ചു:

നീ ആരെക്കുറിച്ചാണ് പറയുന്നത്?

അയാളുടെ രഹസ്യഭാഗത്തിൽ ഞെരിച്ച് ഒരു ഭ്രാന്തിയെപ്പോലെ അവൾ പറഞ്ഞു:

റോമിയോ, നിന്റെ ഫെയ്സ് ബുക്ക് ഞാൻ ഹാക്ക് ചെയ്തു.

ആറു വർഷം ഞാൻ കഷ്ടപ്പെട്ട് കമ്പ്യൂട്ടർ എഞ്ചിനീയറിങ്ങിൽ പഠിച്ച തിനു കിട്ടിയ ഏക പ്രതിഫലം.

ഞാൻ നിന്റെ ജയിൽ മാത്രമല്ലെടാ, പട്ടീ. അവളെ ഞാൻ നാറ്റിച്ചു

ശിഹാബുദ്ദീൻ പൊയ്ത്തുംകടവ്

വിട്ടിട്ടുണ്ട്, ആ പെൺ പമ്മനെ. ഇപ്പോൾത്തന്നെ പന്ത്രണ്ടായിരം കമന്റ് കഴിഞ്ഞു. ഹ! ഹ!..

വായിൽ ഉപ്പുരസം നിറഞ്ഞു നീറി. അയാൾ കടിച്ചുപറിച്ച ചുണ്ടിൽ നിന്ന് ഒരുവിധം മോചനം നേടി. ചോരയൊലിക്കുന്ന ചുണ്ടുമായി ശബ്ദമില്ലാതെ അമർത്തിക്കരഞ്ഞു.

ഒരിളം മഴ കന്യാവനത്തിൽനിന്നു മൊറാവി റിസോർട്ടിലേക്ക് വിരുന്നെത്തി. അയാൾ സർവം മനഃപൂർവം മറന്നു. മഴ മുറുകിയപ്പോൾ കാട്ടാറിന്റെ ശബ്ദം പിൻവലിഞ്ഞു. മഴ തെല്ലൊന്നടങ്ങിയപ്പോൾ ഒരു ആഫ്രിക്കൻ വംശജനായ ചെറുപ്പക്കാരൻ വർണക്കുടയുമായി ഓടിവരുന്നു.

സെർവന്റാണ്. ഞാനിവനെ എവിടെയോ കണ്ടിട്ടുണ്ടല്ലോ.

അയാൾ തന്നെ പേര് പറഞ്ഞു - പെരിയ.

പെരിയേ, നമ്മളെവിടെയോ വെച്ച് കണ്ടിട്ടുണ്ടല്ലോ?

അയാൾ അദ്ഭുതം കൂറി: ഓർക്കുന്നില്ലല്ലോ.

എയർപോർട്ടിൽ എമിഗ്രേഷൻ കൗണ്ടറിൽ നിന്ന് പുറത്തുനിൽക്കുന്ന ഒരാൾക്ക് ഒന്ന് ഫോൺ വിളിച്ചോട്ടെ, ക്രെഡിറ്റ് തീർന്നു പോയിട്ടാണെന്നു പറഞ്ഞുവന്ന ആൾ നിങ്ങളല്ലേ?

അതെ, നിങ്ങൾ തന്നെയാണല്ലോ.

പെരിയ നിഷ്കളങ്കമായി പൊട്ടിച്ചിരിച്ചു.

ഈ റിസോർട്ടിൽ നിന്നു ഞാൻ പുറംലോകം കണ്ടിട്ട് ഒന്നര മാസമായി സാർ. കുക്ക് നാട്ടിൽ പോയപ്പോൾ ആ പണികൂടി തലയിലായി.

അയാൾ ഭക്ഷണമെന്താണെന്നു ചോദിച്ചു:

ഇന്ത്യൻ ഫുഡ്സ്.

അയ്യോ, അതിവിടെ സെർവ് ചെയ്യില്ല.

ഭയങ്കര സ്പൈസി ആയതിനാൽ സ്മെല്ല് ഇവിടെ താമസിക്കുന്നവർക്ക് ഇഷ്ടപ്പെടുന്നില്ല.

ഒടുവിൽ ഓട്സ് കൊണ്ടുണ്ടാക്കുന്ന വിഭവം പറഞ്ഞു.

അപ്പോൾ പെരിയ പോക്കറ്റിൽനിന്ന് ടൂർ ഓഫറുകൾ പുറത്തെടുത്തു.

അയാൾ പറഞ്ഞു: നാളെ ഞാനെങ്ങും പോകുന്നില്ല. വിശ്രമം ആവശ്യമുണ്ട്.

ഗുഡ്. കാട്ടാറിൽ കുളിക്കുകയാണെങ്കിൽ പാലിക്കേണ്ട മുൻകരുതലുകൾ പെരിയ പറഞ്ഞുതന്നു. എന്നിട്ട് സ്വകാര്യംപോലെ പറഞ്ഞു: കഴിഞ്ഞ ദിവസം ഒരു ദമ്പതികളെ ഈ കാട്ടാർ പിടിച്ചുതിന്നു. സൂക്ഷിക്കണേ.

ഞാൻ പെരിയയുടെ കണ്ണുകളിൽ നോക്കി. ഒരു വേഷപ്രച്ഛന്നത അവിടെ നിറഞ്ഞാടുന്നതായി വെറുതെ തോന്നുന്നതാവാം.

പിറ്റേന്നത്തെ പ്രഭാതം ഭൂമിയിലെ ഏറ്റവും സുന്ദരമായി പിറന്നത് മൊറാവിലാണെന്ന് അയാൾക്കു തോന്നി. നല്ല ഇളംവെയിൽ. നേർത്ത തണുത്ത കാറ്റ് അടിക്കുന്നു. വായുവിന് ശുദ്ധിയുടെ സുഗന്ധം. ചാരുകസേരയെടുത്ത് പുൽത്തകിടിയിലിട്ട് അയാൾ ചാഞ്ഞിരുന്നു കണ്ണടച്ചു.

ജന്മത്തിന്റെ വേദനാജനകമായ ഒരു പുഴ അയാളുടെ മനസ്സിൽ നിരുപദ്രവകരമായി തെളിഞ്ഞു. പുഴ കടന്ന് ഏതോ വിശ്രമസ്ഥലിയിൽ ആത്മാവെത്തി ആഹ്ലാദിക്കുമ്പോഴാണ് എന്തോ ശബ്ദം കേട്ട് അയാൾ ഞെട്ടിത്തിരിഞ്ഞു നോക്കിയത്.

കാട്ടിൽ നിന്നിറങ്ങിയ ഭീമാകാരനായ ഒരു പക്ഷി വരാന്തയിലെ ടീപ്പോയിന്മേൽ അലസമായി താൻ വെച്ച മൊബൈലും റാഞ്ചി ഒരൊറ്റപ്പോക്ക്! അതിന്റെ ആഘാതത്തിൽ ആടിയുലഞ്ഞ് വട്ടത്തിൽ പണിത ആ ടീപ്പോയ് ചെരിഞ്ഞുവീണു.

അപ്രതീക്ഷിതമായി ഷോക്കേറ്റതുപോലെ അയാൾ ഏറെ നേരം തരിച്ചുപോയി.

ജടായു പോലുള്ള ആ പക്ഷി കന്യാവനത്തിനകത്തേക്ക് തന്റെ വിസ്താരമായ ചിറകുകൾ വീശിയടിച്ചു കടന്നുപോകുന്നത് നിസ്സഹായനായി നോക്കിനിൽക്കാനേ അയാൾക്ക് കഴിഞ്ഞുള്ളൂ.

അനവധി ഒഫീഷ്യൽ മെയിലുകൾ അയക്കേണ്ട ദിവസം. കുറച്ചു നേരം വാട്സ് ആപ്പിലും ട്വിറ്ററിലും ഇരിക്കേണ്ടതുണ്ടായിരുന്നു.

ഇതിനകം കള്ളപ്പേരിൽ അയാളുണ്ടാക്കിയ എഫ്.ബി അക്കൗണ്ടും നോക്കിത്തീർക്കാനുണ്ടായിരുന്നു. മൊറാവിലെ ഒരേയൊരു സുഹൃത്തിനെ വിളിക്കാനിരിക്കുകയായിരുന്നു.

പക്ഷി ബലിഷ്ഠമായ കാലുകൾക്കിടയിലെ ഫോൺ മോചിപ്പിച്ചത് തന്റെ വാസസ്ഥലമായ ആ ഉയരമേറിയ വൃക്ഷശാഖയിൽനിന്നാണ്. അതിന്റെ വിസ്തൃതി ഒരു അമൂല്യവസ്തുവായി ഫോണിനെ അടക്കിപ്പിടിച്ചു.

ഏറെ താമസിയാതെ പക്ഷിക്ക് മനസ്സിലായി, ഇതെന്റെ ആഹാരമല്ലെന്ന്. പക്ഷേ, ഇതിനിടയിൽ കൊത്തിനോക്കിയ ഉണർച്ചയിൽ അയാളുടെ ഭാര്യയിലേക്കൊരു റിങ് പോയി. തുടർന്ന് ഫോണിൽ തന്റെ മുറ്റിനിന്ന തൂവലുകളമർത്തി ആ പക്ഷി വിശ്രമിച്ചു.

തന്റെ ഭർത്താവ് അബദ്ധത്തിൽ ഫോൺ റീ ഡയൽ ചെയ്തുപോയതാണ് - ഭാര്യ കരുതി. അത്തരം സന്ദർഭം അങ്ങേതലയ്ക്കൽ അശ്രദ്ധമായി നിൽക്കുന്നവന്റെ രഹസ്യങ്ങൾ തുറക്കാനുള്ള താക്കോലല്ലാതെ മറ്റെന്ത്? അവൾ ക്ഷമയോടെ ചെവിയോർത്തു...

വിദൂരത്തുനിന്നുള്ള കുയിൽനാദവും ചീവീടിന്റെ ഒച്ചയും മാത്രമേ ഏറെനേരം കേട്ടുള്ളൂ. എന്തോ മൃദുവായി ഉരയുന്ന ശബ്ദം പതിയെ കിതപ്പുപോലെന്തോ ഒന്നിലേക്ക് സംക്രമിക്കുന്നു.

അവൾക്കെല്ലാം മനസ്സിലായി.

പരുപരുത്ത തൂവൽ പോലുള്ള പട്ടുമെത്തയിൽ അമരുന്നതിന്റെ കിതപ്പിന്റെയും ദീർഘനിശ്വാസങ്ങളുടെയും അടക്കിവെച്ച രതികൂജന ങ്ങളുടെയും പിറുപിറുപ്പ്. തന്റെ ഭർത്താവ് ഇപ്പോൾ ചെയ്യുന്നതൊക്കെ അവൾക്കിപ്പോൾ നന്നായി കാണാം. അതിന്റെ ഒടുവിൽ ആ ഭാര്യ ചാടിയെണീറ്റ് ആ മുറിയിലെ സർവതും വലിച്ചെറിഞ്ഞുടച്ചു. കറങ്ങി ക്കൊണ്ടിരുന്ന ഫാനിനെ രൂക്ഷമായി നോക്കി. അവളുടെ വഴികളെല്ലാം ഒന്നൊന്നായടഞ്ഞു. സമചതുരത്തിൽ പണിത ആ ടീപ്പോയിൽ അവൾ ദൃഢനിശ്ചയത്തോടെ സ്റ്റൂളുകൾ ഒന്നൊന്നായി കയറ്റിവെച്ചു. അപ്പോഴേക്കും ഫാൻ കറങ്ങിത്തീർന്നിരുന്നു. ഷിഫോൺ സാരി അവളുടെ ശരീരത്തെ താങ്ങിക്കൊണ്ട് അധികനേരം കിടന്നില്ല. നേരത്തെ കറങ്ങിപ്പൊരിഞ്ഞ ചൂടിൽ അവ ഷിഫോണിനെ വലിച്ചുപിടിച്ച് ഭാരമാക്കി.

പെരിയ ഭക്ഷണവുമായി വന്നപ്പോൾ അസ്വസ്ഥതയോടെ അയാൾ. പക്ഷി ഫോൺ റാഞ്ചിക്കൊണ്ടുപോയ വിവരം അറിയിച്ചു.

പെരിയ നിഗൂഢമായി ചിരിച്ചുല്ലസിച്ചുകൊണ്ടു പറഞ്ഞു:

ശാന്തമാകൂ, പേടിക്കേണ്ട.

ഇവിടത്തെ ഒരിനം പക്ഷിയാണ്. ഞങ്ങളതിനെ മൊബൈൽ റാഞ്ചി യെന്നാണ് വിളിക്കാറ്. കുറേ കഴിയുമ്പോൾ അതു തിരിച്ചുകൊണ്ടുവരും.

അപ്പോൾ മൊബൈൽ റാഞ്ചി മുറ്റിയ തൂവൽക്കൂട്ടത്താൽ തന്റെ ശരീരത്തെ ഒന്നുലയ്ക്കുകയായിരുന്നു. എവിടെയോ അമർന്നും ചെരിഞ്ഞും അത് വീണ്ടും ഡയൽ ചെയ്യപ്പെട്ടു. ഇക്കുറി എയർപോർട്ടിലെ എമിഗ്രേഷൻ കൗണ്ടറിൽനിന്നു പെരിയയുടെ സാദൃശ്യമുള്ള ആൾ ഡയൽ ചെയ്ത നമ്പറിലേക്ക്.

ആരോ തുടരെ വാതിലിൽ കൊട്ടുന്ന ശബ്ദം കേട്ടാണ് കാലത്ത് ഉണർന്നത്. വാതിൽ തുറന്നുനോക്കിയപ്പോൾ അയാൾ ഞെട്ടിപ്പോയി.

എ.കെ. 47 പോലുള്ള ആയുധവുമായി വിചിത്ര വസ്ത്രധാരികളായ ഒരുപറ്റം പൊലീസുകാർ റിസോർട്ടിനെ വളഞ്ഞിരിക്കുന്നു. കൈയാമം വെച്ച നിലയിൽ. പെരിയ. പെരിയയുടെ മുഖത്ത് അടികിട്ടിയതിന്റെ ചോരയും കരഞ്ഞതിന്റെ മൂക്കളയും കലർന്നൊലിക്കുന്നു.

അയാൾ ഏതോ കരാളമായ തടവറയിലെ ഇരുട്ടിൽ വർഷങ്ങളോളം തന്റെ ഭാര്യയുടെ പേര് വിളിച്ചു കരഞ്ഞു. ആ തടവറ വർഷങ്ങൾക്കു ശേഷം ഒരു ശവക്കുഴിയായി പരിവർത്തനം ചെയ്യപ്പെട്ടു.

അയാളുടെ വിലകൂടിയ മൊബൈൽ ഫോൺ ഒട്ടും ഉപയോഗിക്ക പ്പെടാത്ത ഹൃദയംപോലെ ഏകാന്തമായി ദ്രവിച്ചു പൊടിഞ്ഞു. ■

പ്ലാസ്റ്റിക്

ഭൂമിയുടെ മലർന്നു കിടക്കുന്ന മുലഞെട്ടുകളിൽനിന്ന് ഒഴുകിപ്പരന്ന കുടിനീർകണങ്ങൾ കടലിനെ അന്വേഷിച്ച് അനേകം ജലപാതകളായി ഒത്തുചേർന്നെത്തുന്ന ആ നഗരം അയാൾക്ക് ജീവനെക്കാൾ പ്രിയപ്പെട്ടതായിരുന്നു. നന്നേ ചെറുപ്പത്തിൽ നാടുവിട്ട് പലയിടങ്ങളിലും അലഞ്ഞുതിരിഞ്ഞു. പലവിധ മനുഷ്യസ്വഭാവങ്ങളെ നിശ്ശബ്ദം അനുഭവിച്ചറിഞ്ഞു. ഒടുവിൽ തനിക്കു ചേർന്ന എന്തോ ഇവിടെയുണ്ടെന്ന് തിരിച്ചറിയുകയായിരുന്നു. ആദ്യമായി പുരുഷനാവുന്നതും ഇവിടെനിന്നുതന്നെ. അനേകം പാമ്പുകൾ തന്നെ ചുറ്റിവരിയുന്നത് സ്വപ്നം കണ്ട് ഞെട്ടിയുണർന്നതും ഇവിടെ. നഗരത്തിന്റെ പൊടിപടലങ്ങൾ മുഴുവൻ പാറിയെത്തുന്ന ആ മുറിയിൽവെച്ചുതന്നെ. കല്യാണത്തിനുള്ള സാധനങ്ങൾ വാടകയ്ക്ക് കൊടുക്കുന്ന ഒരു ചെറിയ സ്ഥാപനത്തിൽ കണക്കെഴുത്തുപണിയിൽ വർഷങ്ങൾ തള്ളിനീക്കി. പിന്നീട് എപ്പോഴോ ആ ജോലി വിട്ട് അയാൾ വീണ്ടും യാത്രികനായി. പക്ഷേ മറ്റു നഗരങ്ങളിൽ താമസിക്കുമ്പോഴും തന്റെ പ്രിയനഗരത്തിലേക്ക് എത്തിച്ചേരാൻ അയാളുടെ മനസ്സ് വെമ്പിക്കൊണ്ടിരുന്നു.

ഒട്ടേറെ നന്മയുള്ള ആ നഗരം കെട്ടിടങ്ങളും വാഹനങ്ങളുടെ ഹോണടികളും നിറഞ്ഞ ഒരു ഗ്രാമമായേ അയാൾക്കു തോന്നിയുള്ളൂ. പക്ഷേ പ്രളയത്താൽ പൊങ്ങിനിൽക്കുന്ന ഒരു തടിക്കഷണം മാത്രമായി അയാളുടെ ജീവിതം. ഒടുവിൽ സൗദി അറേബ്യയിലെ മരുഭൂമിയിൽ വെന്തുനീറി കുറെക്കാലം കഴിഞ്ഞു. വന്നുപെട്ട കടങ്ങളെയെല്ലാം ഒരുവിധം തുരത്തിയോടിച്ച് അയാൾ നാട്ടിലേക്ക് ദേഹം മുഴുവൻ ചോരയൊലിക്കുന്ന ഒരാളെപ്പോലെ ഏങ്ങലടിച്ചെത്തി. തന്റെ പ്രിയനഗരവും യൗവനകാല സുഹൃത്തുക്കളും അതിന്റെ നന്മയും അവിടെ കാത്തിരിപ്പുണ്ട് എന്ന മിഥ്യാധാരണയിൽ.

വർഷങ്ങൾ കഴിഞ്ഞ് നഗരത്തിൽ തിരിച്ചെത്തിയ അയാൾ കണ്ടത് ഹൃദയഭേദകമായ കാഴ്ചയായിരുന്നു. അവിടെ പഴയ നന്മകളെല്ലാം വില്പനയ്ക്കു വെയ്ക്കപ്പെട്ടിരുന്നു. സുഹൃത്തുക്കളെല്ലാം വ്യാപാരികളും

പ്രയോജനവാദികളുമായി മാറിക്കഴിഞ്ഞിരുന്നു. പുതിയ മൂല്യ വ്യവസ്ഥകൾ അയാളെ നിരാകരിച്ചുകൊണ്ടിരുന്നു. എല്ലായിടത്തുനിന്നും പുറത്താക്കലിന് അസാധാരണമാംവിധം അയാൾ വിധേയനായി. മറ്റൊരു നിലയ്ക്ക് അത് ഗൾഫ് പ്രവാസിയുടെ വിധിയുമായിരുന്നു. അവധിക്കു വരുന്ന ഗൾഫുകാരൻ വിരുന്നുമേശയ്ക്കു മുന്നിൽ ലാളിക്കപ്പെടും. തന്റെ ജന്മദേശത്ത് തിരിച്ചെത്തുന്നതോടെ അതുവരെയുള്ള സുഹൃത്തുക്കളും ബന്ധുക്കളും ആ വിരുന്നുകാരനെ തള്ളിപ്പറയുകയും പുറത്താക്കാൻ ശ്രമിക്കുകയും ചെയ്യും. മാറിയ ലോകത്തെ മനസ്സിലാക്കാനാവാതെ, വറചട്ടിയിൽ വീണുപോയ ഉറുമ്പിനെപ്പോലെ ആ പാവം ജീവി കുറെക്കാലമെങ്കിലും കൈകാലിട്ടടിക്കും.

നന്മകളുടെ വ്യാപാരികളൊക്കെ അയാളെ കൈയൊഴിഞ്ഞ വേദനാജനകമായ നാളുകളിലൊന്നിൽ അയാൾക്ക് പതിയെ ഒരു കാര്യം മനസ്സിലായി. സൂക്ഷിച്ചുനോക്കിയാൽ ഏകാന്തത ഒരമ്മയാണ്. അതിനും വാത്സല്യങ്ങൾ തരാനാവും. ഏകാന്തതയിൽ ഒരാൾ ഛത്രപതിയാണ്. ഒരുപക്ഷേ പരാജയപ്പെട്ട അധികാരഭ്രാന്തുതന്നെയാവും ഏകാന്തത. ആളുകൾ പുറത്താക്കിയതിന്റെ ഇരട്ടി ആഘാതത്തിൽ ഒരു ദിവസം അവരെയെല്ലാം ഒറ്റയടിക്ക് അയാൾ പുറത്താക്കി വാതിലടച്ചു.

പൊടിപടലങ്ങളും ഇണക്കങ്ങളും നിറഞ്ഞ, പഴയപോലെ മുറികളിലെ യൗവനകാല സൗഹൃദങ്ങളും പൊട്ടിച്ചിരികളും ഇനി തിരിച്ചുവരേണ്ടതില്ലെന്ന് ഏകാന്തതയുടെ ആ അധികാരി തീരുമാനിച്ചു. ആളുകളല്ല, മാറിയ കാലമാണ് ശത്രുവെന്ന് ഏറെ താമസിയാതെ തിരിച്ചറിയുകയും ഭൂമിക്കടിയിൽ തുരങ്കങ്ങളുണ്ടാക്കി തന്നെ ആൾക്കൂട്ടത്തിനു കാണാൻ കിട്ടാത്തവിധത്തിൽ അയാൾ ജീവിക്കുകയും ചെയ്തു. പക്ഷേ ആ നഗരത്തിൽ അപ്പോഴേക്കും ഏകാന്തതയ്ക്ക് നികുതി കൊടുക്കേണ്ടതാണെന്ന ഉത്തരവ് അധികാരികൾ പുറപ്പെടുവിച്ചുകഴിഞ്ഞിരുന്നു. ആരും ഒറ്റപ്പെട്ടു കഴിയാൻ പാടില്ല എന്നും. മത്സരിച്ചു മത്സരിച്ച് അപരനെ തിന്നാൻകിട്ടുന്ന അവസരങ്ങൾക്ക് രാപ്പാർത്ത് ചിരികളും വർത്തമാനങ്ങളുമായി മുന്നോട്ടു പൊയ്ക്കോളണം. പരസ്പരം വെറുപ്പുകളും സഹിക്കാനാവാത്ത സ്നേഹശൂന്യതകളും ഒളിപ്പിച്ചുവെക്കാൻ, കണ്ടുമുട്ടുന്ന ഉടൻ ടിന്റുമോൻ ഫലിതങ്ങളും സീതിഹാജി വിറ്റുകളും പറഞ്ഞുകൊള്ളണം. ആരാണോ കൂടുതൽ ചിരിച്ച് താഴെ വീഴുന്നത് അവനെ അപഹരിക്കണം. അപ്പോഴേക്കും വളർന്നുകഴിഞ്ഞ ഫലിതങ്ങളുടെ അധോലോകങ്ങളും ഹാസ്യത്തിന്റെ മാഫിയാവത്കരണവും അയാളെ ഞെട്ടിച്ചു. ഫലിതങ്ങളുടെയും പരപീഡാരസത്തിന്റെയും ആ കപട ആൾക്കൂട്ടത്തെ തിരഞ്ഞെടുക്കുന്നതിനുപകരം അയാൾ രോഗാതുരമാംവിധം ഏകാന്തതയ്ക്ക് നികുതിയടച്ച് ജീവിച്ചു.

ഏകാന്തതയിലേക്കുള്ള എത്തിപ്പെടൽ ചിലപ്പോഴെങ്കിലും വേദനാജനകമായ മരണംപോലെയാണ്. ജന്മത്തിന്റെ അസ്ഥിയിൽനിന്ന് മാംസം

പറിഞ്ഞുപോകുന്നതിന്റെ കൊടിയ വേദനകളും ഭയാശങ്കകളും അതിന്റെ യാഥാർത്ഥ്യങ്ങളും മറികടന്നാൽ, പിന്നെ എല്ലാം സുഖകരമാണ്. ഏകാന്തതയുടെ രാജ്യത്ത് തന്റെ ഇഷ്ടങ്ങൾക്കനുസരിച്ച് മാത്രം എല്ലാം ചലിച്ചു. താനറിയാതെ ഒരിലപോലും അനങ്ങിയില്ല. നിരത്തിലെ വാഹനങ്ങൾ റിവേഴ്സിലും ഫോർവേഡിലും സെക്കൻഡുകൾക്കകം അങ്ങോട്ടുമിങ്ങോട്ടുമെടുത്ത് ട്രാഫിക് ജാമുകളെ മറികടന്നു. സെക്യൂരിറ്റി ഗാർഡ് തനിക്കുവേണ്ടി മാത്രം സല്യൂട്ടടിച്ചു. പലചരക്കു കടക്കാരൻ രാത്രി രണ്ടുമണിക്കും കട തുറന്നു. പോകുന്നേടത്തെല്ലാം പൂക്കൾ വിരിഞ്ഞു. നാഷണൽ ഹൈവേയുടെ ഇരുകരകളിലും തെളിനീർ നദികളൊഴുകി. അവിടെ മുളയമുയർത്തിക്കുത്തി ഗ്രാമീണർ വൻതോണികൾ നീക്കി.

ബയോഡാറ്റയിൽ പല യോഗ്യതകൾ പലപ്പോഴായി പൂരിപ്പിച്ചു. മുറിയിലേക്ക് കടന്നുവരുന്ന ഭൗതികവസ്തുക്കളെ പതിയെ പതിയെ നിരാകരിച്ചു. ആദ്യം ടെലിവിഷനിലെ ന്യൂസ് അവർ നിർത്തി. ദേവാലയങ്ങളിൽ നിന്നു വരുന്ന വ്യാജവും വ്യാപാരത്വരയിൽ പുളിച്ചതുമായ ശബ്ദങ്ങളെ പ്രതിരോധിക്കാൻ എല്ലാ ജനാലകളും അമർത്തിയടച്ചു. നേരിയ വിടവുകളിൽ പഞ്ഞി നിറച്ചു. പൊതുവഴിയിൽ കണ്ടുമുട്ടുന്ന മനുഷ്യരോടുള്ള സംവാദസ്വഭാവമുള്ള വർത്തമാനങ്ങൾ നിർത്തി. അയാൾ അവതരിപ്പിക്കുന്ന തലതിരിഞ്ഞ യുക്തികൾ സ്വയം പരിഹാസങ്ങളായി തോന്നിയതുകൊണ്ടുതന്നെ. ഉദാഹരണത്തിന്, ഒരിക്കൽ അയാൾ വാദിച്ചത് ഇങ്ങനെ: എന്തിനാണ് നമുക്ക് ഇത്രയേറെ പാർട്ടിയാപ്പീസുകൾ. ഒന്നുപോരേ? എല്ലാ രാഷ്ട്രീയപാർട്ടികളും ഒരുപോലെ പ്രവർത്തിക്കുമ്പോൾ. ഈ വാദഗതി കേട്ട് ആശയവാദിയായ പഴയ സഖാവ് പെട്ടെന്ന് ക്ഷോഭംകൊണ്ടു.

ദേവാലയങ്ങളും ഷോപ്പിങ് കോംപ്ലക്സുകളും മൾട്ടിപ്ലക്സ് തിയേറ്ററുകളും ഒരൊറ്റ കെട്ടിടത്തിൽ പോരേ എന്നു ചോദിച്ചതിന് ഒരു ഭക്തനും അയാളോട് പിണങ്ങി. ഗൾഫിൽ താൻ വർഷങ്ങളോളം ഉറങ്ങിപ്പോയതാണെന്നും ഇപ്പോൾ കാലം തെറ്റിയുണർന്നിരിക്കയാണെന്നും ഒരിക്കൽ അയാൾ സ്വയം പറഞ്ഞു. അതിനിടെ ആശയസംവാദത്തിന് വല്ലാതെ കൊതിക്കുമ്പോൾ തന്നോടുതന്നെ സംസാരിച്ചു. തന്നോടുതന്നെ സംസാരിച്ചു സംസാരിച്ച് വലിയ അളവിൽ അയാളും അയാളുമടങ്ങിയ 'അവർ' മുന്നേറി. അവർ തമ്മിൽ ഏറെ സംസാരിച്ചത് പുറംലോകത്തെ വർധിച്ചുവരുന്ന അസംബന്ധങ്ങളെക്കുറിച്ചും അപരനെ ഇടിച്ചുവീഴ്ത്തിപ്പായുന്ന അന്തസ്സാരശൂന്യമായ അഭിലാഷങ്ങളെപ്പറ്റിയുമാണ്. ഇടയ്ക്ക് അവർ തമ്മിൽ വഴക്കടിക്കുകയും പതിവാണ്. ഏറെ നേരം പിണങ്ങി നിൽക്കും, അവർ.

പിന്നെ പതിയെ ഇരുട്ടിൽ എന്തോ ഓർത്തുകിടക്കുമ്പോൾ വലത്തേ കൈ മറ്റാരുടെയോ ആണെന്ന് സങ്കല്പിച്ച് അയാൾ തന്നെത്തന്നെ തലോടും. സാരല്ല. നിനക്ക് നൊന്തോ? ഞാനുദ്ദേശിച്ചത് അങ്ങനെയല്ല.

പറഞ്ഞുവന്നപ്പോൾ മാറിപ്പോയതാണ്. എന്നോട് ക്ഷമിക്കില്ലേ എന്നൊക്കെ ആ വിരലുകൾ തലമുടിയിലൂടെ പതിയെ തപ്പിത്തപ്പി പറയും. ആദ്യമൊക്കെ കേട്ടില്ലെന്നു വെക്കും. കുറെക്കഴിയുമ്പോൾ സഹതാപം തോന്നും. പെട്ടെന്ന് വികാരാർദ്രനായി ഇടത്തേ കൈ വലത്തേ കൈയെ കയറിപ്പിടിച്ച് ചുംബിക്കും. അതോടെ സർവനിയന്ത്രണങ്ങളും വിട്ട് സ്വയം പുണരും. സ്വയം ഉമ്മവെക്കും. സ്വയം ഭോഗിക്കും. സ്വയം തലോടിയുറക്കും. സ്വയം താരാട്ടുപാടും. സ്വയം സ്വയം സ്വയം...

കാലത്തുണർന്ന് ഭൂമിക്കടിയിൽ മറ്റാരുമറിയാതെ അയാൾ വെട്ടിയുണ്ടാക്കിയ രഹസ്യപാതയിലൂടെ ജോലിസ്ഥലത്തേക്ക് പോകും. ന്യൂസ് അവറിനു പിറകെ അയാൾ ചാനൽ കണക്ഷനും പത്രങ്ങളും കട്ട് ചെയ്തു. ആയിടെ ഇറങ്ങിക്കൊണ്ടിരിക്കുന്ന മനോഹരമായ പുറംചട്ടയിലിറങ്ങുന്ന വ്യാജപുസ്തകങ്ങളൊക്കെ കോർപ്പറേഷൻ വേസ്റ്റ് ബിന്നിൽ തള്ളി. ഫോൺ ബന്ധം വിച്ഛേദിച്ചു. വിദൂരദേശത്തെ ബന്ധുക്കൾക്കെഴുതി: ഞാൻ മരിക്കുന്നതുവരെ എല്ലാ മാസവും ഒന്നാംതിയതി നിങ്ങൾക്കുള്ള പണം എത്തിയിരിക്കും. നിങ്ങൾ എന്നെ ബാങ്ക് അക്കൗണ്ടിൽ അന്വേഷിച്ചാൽ മതി.

ഓരോ ദിവസവും ജോലി കഴിഞ്ഞ് മുറിയിലെത്താൻ അയാൾ വെമ്പി. മുറിയിൽ, അറിയാതെ പുറത്തുനിന്നുള്ളത് വല്ലതും അശ്രദ്ധമായി അകത്തു കടന്നിട്ടുണ്ടോ എന്ന് വേവലാതിയോടെ തിരയും. ഒരു ദിവസം ജോലി കഴിഞ്ഞു വരുമ്പോൾ ഫ്ളാറ്റിനു താഴെ സെക്യൂരിറ്റി ഗാർഡിനരികിൽ വൃദ്ധനും അവശനുമായ പത്രം ഏജന്റ് കാത്തുനിൽക്കുന്നു. പത്രം പുനഃസ്ഥാപിക്കണം എന്ന് അപേക്ഷിച്ചു. നിർത്തിയതിന്റെ കാരണമെന്താണെന്ന് ദയവായി പറയണം. ഏജന്റ് ആവർത്തിക്കുന്നു. അയാൾ പറഞ്ഞു: പ്രത്യേകിച്ച് കാരണമൊന്നുമില്ല. എനിക്ക് ഈയിടെയായി പത്രം വായിക്കുമ്പോൾ ഒന്നും മനസ്സിലാവുന്നില്ല. വേണമെങ്കിൽ എല്ലാ മാസവും നിങ്ങൾക്ക് ഞാൻ വെറുതെ നൂറുരൂപ തരാം. എന്നാലും പത്രം വേണ്ട.

അകത്തേക്കു നടന്നപ്പോൾ സ്തംഭിച്ചുനിൽക്കുന്ന പത്രമേജന്റിനെ നോക്കി സെക്യൂരിറ്റി ഗാർഡ് ഊറിച്ചിരിക്കുന്നത് അയാൾ അറിയുന്നില്ലെന്ന് ഭാവിച്ചു.

പുറമെനിന്നുള്ള വസ്തുക്കൾ നിരാകരിക്കുന്തോറും അധികാരികൾ ടാക്സ് വർധിപ്പിച്ചുകൊണ്ടിരുന്നു. അയാളത് ഗൗനിച്ചതേയില്ല. ജഡ്ജിമാർക്കെതിരെ കൊടുക്കണം എന്നു കരുതിയ പൊതുതാത്പര്യഹർജിയും വേണ്ടെന്നുവെച്ചു. വിവിധതരം ദേവാലയങ്ങളിൽ നിന്നുമുയരുന്ന അഭിനയപ്രഭാഷണങ്ങൾ കേൾക്കാതിരിക്കാൻ അടച്ചിട്ട ജനാലകളിൽ പഞ്ഞി തിരുകുന്നത് ശക്തിപ്പെടുത്തി. പക്ഷേ വായുസഞ്ചാരത്തിന്റെ അഭാവം അയാളെ നാൾക്കുനാൾ രോഗിയാക്കിക്കൊണ്ടിരുന്നു.

വിട്ടുകൊടുക്കാൻ തയ്യാറായിരുന്നില്ല. ശരീരം ദുർബലപ്പെടുന്തോറും അയാൾ മുറിക്കകത്തെ ഭാവനകൾ വിപുലപ്പെടുത്തി. ഇടയ്ക്ക് ശരീരം

എന്തിനോവേണ്ടി തേങ്ങുന്നതിനെ ശാസിച്ചുറക്കി. അഭാവങ്ങളുണർത്തിയ മാന്ത്രികത പതിയെ മുറിമേൽ പിടിമുറുക്കിക്കൊണ്ടിരുന്നു.

ഒരു ദിവസം അയാൾക്ക് തോന്നി. പഴയ തറവാട് പൊളിച്ചപ്പോൾ കിട്ടിയ പുരാതനമായ ആ ചാരുകസേര തന്റെ മുതുമുത്തശ്ശനാണെന്ന്. ഒരിക്കലും കണ്ടിട്ടില്ലാത്ത ആ പിതാമഹൻ നീണ്ടുമെലിഞ്ഞ കൈകാലുകൾ നിവർത്തി മുറിയിലൊരിടത്ത് കുറെക്കാലമായി ചാരിക്കിടന്ന് വിശ്രമിക്കുകയാണ്. പക്ഷേ ഇപ്പോഴാണ് മനസ്സിലായത് അത് തന്റെ മുത്തശ്ശനാണെന്ന്. കിടപ്പറയിലെ തന്റെ സോഫാ കം ബെഡ്ഡിലേക്ക് ഒരു ദിവസം രാത്രി അയാൾ അതിനെ ചേർത്തുവെച്ചു. അസാധാരണമായ അനുസരണയോടെ അത് ഒതുങ്ങിനിന്നു. അതിന്റെ നീണ്ട കൈകളിൽ ഒരു കുട്ടിയെപ്പോലെ ചുറ്റിപ്പിടിച്ചതും സുഖകരമായ ഉറക്കത്തിലേക്ക് പതിച്ചു. ഉറക്കത്തിലെപ്പോഴോ ചാരുകസേരയുടെ മറ്റേ കൈകൊണ്ട് കുഞ്ഞേ എന്നുപറഞ്ഞ് എപ്പോഴോ അയാളുടെ ശരീരത്തിൽ ചേർത്തുവെച്ചത് അറിഞ്ഞിട്ടും അറിഞ്ഞിട്ടില്ലെന്നും വെച്ചു. മുത്തശ്ശൻ പുരട്ടിക്കുളിച്ച കുഴമ്പിന്റെ ഗന്ധം പരിസരമാകെ വ്യാപിച്ചു. കോരിക്കുളിച്ച കിണറ്റിൻകരയിൽ വെള്ളം മുത്തുകൾപോലെ ചിതറുന്ന കണ്ണടച്ച ഒച്ചയും കേട്ടു. നിനക്കൊരു കുടുംബം വേണ്ടേ കുഞ്ഞേ? എന്ന് ഉറക്കത്തിലൊരു ദിവസം ചാരുകസേര അയാളോട് ചോദിച്ചു. അയാൾ സുനിശ്ചിതം പറഞ്ഞു: ഞാൻ കുടുംബമില്ലാതെ ജനിച്ചവനാണ്. കുടുംബമില്ലാതെ മരിക്കേണ്ടവനാണ്. ചാരുകസേര പിന്നെയെന്തോ പറയാൻ ഭാവിച്ച് വേണ്ടെന്നുവെച്ചു.

എപ്പോഴോ വാങ്ങിച്ച മിനുസമുള്ള വിലകൂടിയ ഒരു പ്ലാസ്റ്റിക് കസേര അവിടെ പൊടിപിടിച്ചു കിടപ്പുണ്ടായിരുന്നു. അപ്രതീക്ഷിതമായി വീണുകിട്ടിയ ഒരു ദിവസം ആ കസേര തുടച്ചുകൊണ്ടിരിക്കേ കസേര പറഞ്ഞു: ശ്ശോ, പതുക്കെ. എനിക്ക് ഇക്കിളിയാവുന്നു. കസേരയുടെ ഉരുണ്ടു മിനുസമാർന്ന ആ കൈത്തണ്ട പെട്ടെന്ന് അയാളെ കാമത്തിന്റെ അതിലോല പ്രദേശങ്ങളിലേക്കു വീഴ്ത്തി. ഞാനറിഞ്ഞില്ലല്ലോ, നിന്നെയിതുവരെ. അയാൾ കസേരയുടെ രണ്ടു കൈകളും മുഖാമുഖം കോർത്തുപിടിച്ച് അതിന്റെ മടിയിൽ തലപൂഴ്ത്തിയിരുന്നു. അതിന്റെ അടിവയറ്റിൽ ചൂട് രമിച്ചു. ഈറൻമുടിയും വാസനാസോപ്പും അയാളെ ചുറ്റി.

മിനുസമുള്ളവളേ, നിന്നെ ഞാനെന്തു വിളിക്കും? കസേര പറഞ്ഞു: കള്ളൻ! എന്റെ പേരറിയാത്തപോലെ. നിന്റെ വിമല. ആ രണ്ട് സ്റ്റൂളുകൾ നമ്മുടെ മക്കൾ. രോഹിത്, ആമിന.

അയാൾക്ക് വാത്സല്യം വിങ്ങിപ്പൊട്ടി.

മക്കളേ, ഇത്രയുണ്ടായിരുന്നിട്ടും നിങ്ങൾ എത്ര ദൂരെയായിരുന്നു. എത്രയോ ദൂരത്തിലിരിക്കുമ്പോഴും നിങ്ങളെന്റെ അടുത്തായിരുന്നു.

അയാൾ അവരെ കുളിമുറിയിലേക്ക് കൂട്ടിക്കൊണ്ടുപോയി സോപ്പിട്ട് കുളിപ്പിച്ച് അഴുക്കൊക്കെ കളഞ്ഞു, ആകെ വൃത്തികേടായിക്കിടക്കുകയായിരുന്നു അവരുടെ ശരീരം. അപ്പോൾ അവരുടെ മറുകുകൾ ശ്രദ്ധിച്ചു. കുളിപ്പിച്ച് തോർത്തുകൊണ്ട് ഈറനൊപ്പിക്കൊടുത്തു.

ആമിനയ്ക്ക് നാണംകൊണ്ട് വയ്യ. ചേർത്തുപിടിച്ചപ്പോൾ ഒരടുക്കായ്ക. മോളേ, നീയെത്ര വളർന്നാലും കുഞ്ഞായിരിക്കും എനിക്ക്. തറയിൽ ചിത്രം കോറിയിടുന്ന സ്വഭാവമുണ്ട് രോഹിതിന്. അയാൾ പറഞ്ഞു, മോൻ അവിടെം ഇവിടെയൊന്നും വരച്ചിടേണ്ട. നല്ല ഒന്നാം തരം ചിത്രമാണ്. നാളെ ഓഫീസിൽനിന്നു വരുമ്പോൾ വരയ്ക്കാൻ പേപ്പറും കളർ ബോക്സും വാങ്ങിച്ചുതരാം, കേട്ടോ.

അതുവരെ അടക്കിവെച്ച പൂർണതയുടെ തേങ്ങലുകൾ ആ മുറിയിൽ നിന്ന് പതിയെ അപ്രത്യക്ഷമായിക്കൊണ്ടിരുന്നു. പുറംചട്ടയുടെ ഭംഗികൊണ്ട് അണിഞ്ഞൊരുങ്ങി, ടാൽക്കം പൗഡറിട്ട വേശ്യയെപ്പോലെ ഇരുട്ടിൽനിന്നു വിളിച്ച് പണം പറ്റിക്കുന്ന വ്യാജപുസ്തകങ്ങളെയൊക്കെ ഇതിനകം പുറത്താക്കിയെങ്കിലും കുറച്ചു പുസ്തകങ്ങൾ അരുമയോടെ അവിടെ മെലിഞ്ഞുനീണ്ട ഒരലമാരയിൽ അയാൾ ബാക്കിവെച്ചിരുന്നു. ആ പുസ്തക അലമാര വന്ദ്യവയോധികനായി ഒരു ദിവസം രാത്രിയുടെ ഏതോ യാമത്തിൽ അയാളെ ഉറക്കത്തിൽനിന്ന് വിളിച്ചുണർത്തി: കുഞ്ഞേ, നീ എന്നെ തുറന്നില്ലെങ്കിലും ഞാൻ നിനക്ക് കാവലായി കൂടെയുണ്ട്, കേട്ടോ. കൂറമണമുള്ള ആ പഴയ പുസ്തകങ്ങൾക്ക് ചരിത്രത്തിന്റെ സുഗന്ധമാണ്. അലമാരയ്ക്ക് ആകപ്പാടെ മാർക്സിന്റെ ഛായ കണ്ട് അയാൾ പകച്ചു.

മഹാവൈദ്യാ, സോവിയറ്റ് യൂണിയനിൽനിന്നുവന്ന ആ ഗ്ലോസി മാഗസിൻ ഒന്ന് കാണാൻ തോന്നുന്നു. സോവിയറ്റ് നാട്. കുറുക്കൻപാറയിലെ സ: ആയിരംകളത്തിൽ ഗോവിന്ദനും അബ്കാരി വറീത് മാപ്ലയും ക്വാറി ഹാജിയും കൂടി നടത്തുന്ന സ്വാശ്രയ മെഡിക്കൽ കോളേജിലൊന്ന് പോയി പഠിക്കരുതോ?

ചൊടിപ്പിക്കാൻ പറഞ്ഞതാണ്. മാർക്സല്ലേ ആൾ. വിവേകത്തിന്റെ മന്ദഹാസം മാത്രം തന്ന് തോല്പിച്ചുകളഞ്ഞു.

മുറിയിൽ എപ്പോഴോ തൂക്കിയിട്ട പൂച്ചെടിയുടെ ചിത്രത്തിൽനിന്ന് ഒരിക്കൽ കുറെ പൂക്കൾ വിരിഞ്ഞ് അടർന്നുവീണതും കണ്ടു. നല്ല മണം.

ലോകത്തിന്റെ എല്ലാ വസന്തങ്ങളും തന്റെ മുറിയിലാണെന്ന് അയാൾ പൂർണമായും വിശ്വസിച്ചു. പുറംലോകത്തേക്കുള്ള യാത്രയിൽ ചിരിക്കുകയും വസ്ത്രം ധരിക്കുകയും ചെയ്യുന്ന ഒരു വ്യാജ പ്രതീതി മാത്രമാണ് താനെന്ന് വിശ്വസിച്ചു. ഓഫീസിൽ എപ്പോഴും കണക്കുകളിൽ മുഖം പൂഴ്ത്തി. അധികാരികളുടെ വിവിധതരം ടിക്കറ്റുകൾ അടച്ചുതീർക്കാൻ അയാൾക്ക് പണിയെടുക്കാതിരിക്കാൻ കഴിഞ്ഞില്ല. ഓഫീസ് സ്ഥിതി ചെയ്യുന്ന പറമ്പിലെ പടിഞ്ഞാറെ അരമതിലിന്റെ വിടവിലൂടെ അയാൾ

മറ്റാരും കാണാതെ അപ്രത്യക്ഷമാവുകയും പ്രത്യക്ഷമാവുകയും ചെയ്തു. അവിടെ ഇതിനകം രൂപപ്പെട്ട ഭൂഗർത്തത്തിനുള്ളിലേക്ക് നുഴഞ്ഞുകയറി. പിന്നെ ഒറ്റപ്പെട്ട ഒരു ചിതലിനെപ്പോലെ താമസസ്ഥലത്തേക്ക് ഭൂമിക്കടിയിലൂടെ നടന്നു.

കണക്കുകളിൽ മുഖം പൂഴ്ത്തിക്കൊണ്ടിരിക്കെ കീബോഡിൽ അയാൾ ഒരു ദിവസം കമിഴ്ന്നുവീണു. ആശുപത്രിയിൽ ബോധം തെളിഞ്ഞപ്പോൾ ഡോക്ടർ ഉപദേശിച്ചു: ഭക്ഷണം കഴിക്കണം. ഇളം വെയിൽ കൊള്ളണം. വൈറ്റമിൻ ഡിയുടെ കുറവുണ്ട്. നിങ്ങളുടെ ശ്വാസകോശം പാടെ തകരാറിലായിരിക്കുന്നു.

അയാൾ തലയാട്ടി.

ഡോക്ടർ കുറിച്ചുതന്ന പ്രിസ്ക്രിപ്ഷനുമായി ഫ്ളാറ്റിൽ തിരിച്ചെത്തി മുറിയിലെത്തി വാതിലടച്ച് പൊട്ടിപ്പൊട്ടിച്ചിരിച്ചു കുറെനേരം. എനിക്കു വയ്യ എന്ന് ചിരിക്കിടയിൽ അയാൾ രണ്ടോ മൂന്നോ വട്ടം പറയുകയും ചെയ്തു. രാത്രി കിടക്കുമ്പോൾ ചാരുകസേര വന്നടുത്തിരുന്നു.

എന്തു പറ്റിയെടാ നിനക്ക്.

പ്ലാസ്റ്റിക്കസേര വിതുമ്പി:

ഇങ്ങനെ മരുന്ന് കഴിക്കില്യന്നു വെച്ചാൽ.

സ്റ്റൂളുകൾ ഏങ്ങലടിച്ചു കരഞ്ഞു:

കഞ്ഞിയെങ്കിലും കുടിക്ക്. പപ്പാ, ഞങ്ങൾക്ക് ആരുമില്ലാതായിപ്പോകും.

അലമാര പറഞ്ഞു: എന്തൊക്കെ പറഞ്ഞാലും ഒറ്റപ്പെട്ടുപോയ ലോകത്തിലെ ഏതു മനുഷ്യന്റെയും ഏറ്റവും വലിയ മൂലധനം അയാളുടെ ആരോഗ്യമാണ്.

ഞാനൊന്ന് കിടക്കട്ടെ. - അയാൾ പറഞ്ഞു.

മുറിയിലെ ബന്ധുക്കൾ നിസ്സഹായരായി ഓടിപ്പൊയ്ക്കൊണ്ടിരുന്നു.

പുറത്ത് ദിനരാത്രങ്ങൾ മാൻപേടയായി, കുരങ്ങായി, കടുവയായി, സിംഹമായി.

വിളിച്ചിട്ട് അനങ്ങുന്നില്ല എന്നു തോന്നിയപ്പോൾ ചാരുകസേര പറഞ്ഞു: മക്കളേ നിങ്ങളിങ്ങനെ അവനു ചുറ്റും നിന്ന് ഏങ്ങലടിക്കുകയല്ല വേണ്ടത്. അടുക്കളയിൽ കുറച്ച് പൊടിയരിയുണ്ട്. എഴുന്നേറ്റ് ഇത്തിരി യുപ്പിട്ട് കഞ്ഞിയാക്കി ചൂടോടെ കഴിപ്പിക്കൂ.

അക്കാലമത്രയും ഇതികർത്തവ്യതാമൂഢനായി നിലകൊണ്ട മേശയും തന്റെ പുറത്തെ വരികൾ കുടഞ്ഞെറിഞ്ഞ് സജീവമായി.

പ്ലാസ്റ്റിക് കസേര കഞ്ഞിവെച്ചു. രോഹിത് എന്ന സ്റ്റൂൾ അയാളെ സന്തോഷിപ്പിക്കാൻ ചിത്രം വരച്ചുകൊടുത്തു.

പൈപ്പുകൾ, പാത്രങ്ങൾ ഒക്കെ ഒരവസരം കാത്തുകിടന്നപോലെ പെട്ടെന്ന് പെട്ടെന്ന് സ്വയം പ്രവർത്തിച്ചു.

ചാരുകസേര അയാളെ പിടിച്ചെഴുന്നേല്പിച്ചു:
പതുക്കെ കുഞ്ഞേ... ഇന്നിത്തിരി കഞ്ഞി കുടിക്ക്.
കഞ്ഞികുടിച്ച് അയാൾ നല്ല ഉഷാറിലായി.

അന്നുരാത്രി ചാരുകസേരയപ്പൂപ്പൻ തന്റെ പേരക്കുട്ടികളായ സ്റ്റൂളുകളോട് കള്ളത്തരം മറച്ചുവെച്ചുകൊണ്ട് പറഞ്ഞു: മക്കളേ, നമുക്കിന്ന് വേറെ മുറിയിൽ കിടക്കാം.

ഇതുകേട്ട് പ്ലാസ്റ്റിക് കസേരയ്ക്ക് നാണംവന്നു. അവൾ നാണം തുടർന്നുകൊണ്ട് കുളിമുറിയിൽ പോയി സുലഭമായി കുളിച്ചുവന്നു.

മുറിയിൽ എണ്ണ കാച്ചിയ കാമോന്മാദിയായ ഗന്ധം. അതിൽ കുഴഞ്ഞ് വാസനാസോപ്പിന്റെ മാദകമണം.

അവസരം മനസ്സിലാക്കി അലമാര മെല്ലെ വരാന്തയിലേക്കിറങ്ങി ലൈറ്റിട്ടു.

ഒട്ടും താമസിച്ചില്ല, ഓടാമ്പൽ കുറ്റിയിട്ടെന്ന് രണ്ടുതവണ ഉറപ്പു വരുത്തി അയാൾ അവളുടെ മിനുസത്തിൽ സഞ്ചരിച്ചു. അന്ന് ആദ്യമായി അയാൾ ഈ ഇഹലോകത്തിൽനിന്ന് പൂർണമായും പുറത്തുകടന്നു. ∎

ഒരു പാട്ടിന്റെ ദൂരം

പായൽ പിടിച്ച കുളത്തിന്റെ പടവിൽ ഒരു പുസ്തകം വായിച്ചുകൊണ്ടിരിക്കുന്നതിനിടയിലാണ് അല്ലിയുടെ കാല്പാദത്തിലൂടെ എന്തോ ഒഴിഞ്ഞുപോയത്. വഴുവഴുത്ത ഒന്ന്. പിടഞ്ഞെണീറ്റപ്പോഴേക്കും അത് അതിന്റെ വഴിക്കുപോയി. സാമാന്യം വലിയൊരു പാമ്പായിരുന്നു അത്. ഞെട്ടിത്തരിച്ച് അതിന്റെ പോക്ക് നോക്കിനിൽക്കുന്ന അല്ലിയുടെ പിന്നിൽനിന്ന് അമ്മ വന്ന് തൊട്ടപ്പോഴാണ് അവളുണർന്നത്.

അമ്മ പറയാത്ത ചീത്തയൊന്നുമില്ല.

പ്രായമായ കുട്ടികൾ സന്ധ്യ കഴിഞ്ഞ് പുറത്ത് ഒറ്റയ്ക്ക് നിൽക്കരുത്. നിന്നോട് നൂറുവട്ടം പറഞ്ഞതാണ്.

അല്ലിയുടെ അച്ഛൻ കോയമ്പത്തൂരിൽനിന്ന് വന്നപ്പോൾ അമ്മ ഇടതടവില്ലാതെ ഭർത്താവിനെ ശാസിച്ചുകൊണ്ടിരുന്നു.

എൻട്രൻസിനു കിട്ടീന്നുള്ളത് ശരിയാണ്. പക്ഷേ കാട്ടുമുക്കുപോലൊരിടത്ത് അല്ലിയെങ്ങനെ താമസിക്കും? ആര് കൊണ്ടുവരും?

ആ അമ്മ പറയുന്നതിൽ കാര്യമുണ്ട്. അവർക്ക് എല്ലാമറിയാം. കേരളത്തിൽ സ്ത്രീ പുറത്തിറങ്ങുമ്പോൾ തൊട്ട് പുരുഷന്മാരുടെ ശവംനാറിപ്പൂക്കളുടെ ഗന്ധമുയരും. കുറെ കേട്ടപ്പോൾ, അച്ഛൻ കോയമ്പത്തൂരിൽനിന്ന് ബസ്സിൽ മുഷിഞ്ഞിരുന്ന് ദീർഘദൂരം യാത്ര ചെയ്തതിന്റെ ക്ഷീണം വകവെക്കാതെ പറഞ്ഞു.

എന്നു കരുതി നീ അവളെ എന്തു ചെയ്യാൻ പോകുന്നു? സ്ത്രീക്കു വേണ്ടത് സാമ്പത്തിക സ്വാതന്ത്ര്യമാണ്. അവൾക്കു സ്വന്തമായി വരുമാനമുണ്ടെങ്കിൽ കെട്ടിക്കൊണ്ടുപോയവന്റെ കൈ അടിക്കാനോങ്ങുമ്പോഴൊക്കെ പകുതിയെ ഉയരൂ...

ഒരേയൊരു കുഞ്ഞേ നമുക്കുള്ളൂ. നിങ്ങളതോർക്കണം.

അമ്മ പറയുന്നതിൽ കാര്യമുണ്ടെന്ന് അച്ഛനറിയാം.

അച്ഛൻ കോയമ്പത്തൂരീന്ന് കൊണ്ടുവന്ന ആ ഹൈഹീൽ ചെരിപ്പിട്ടു നടക്കരുതെന്ന് അമ്മ പറഞ്ഞതാണ്. എന്നിട്ടെന്തായി? അതീന്ന് തെന്നി വീണ് പ്ലാസ്റ്ററിട്ട് രണ്ടുമാസം കിടന്നു. അത് എൻട്രൻസ് പരീക്ഷയെ

ബാധിച്ചു. ഇല്ലെങ്കിൽ എട്ട് കിലോമീറ്റർ ദൂരത്തുള്ള മെഡിക്കൽ കോളേജിൽ കിട്ടിയേനെ.

നഗരത്തിൽനിന്നു വളരെ മാറി മൊട്ടക്കുന്നും ആൾപ്പാർപ്പില്ലാത്ത മലകളുമുള്ളിടത്താണ് അവളുടെ കോളേജ്. അവിടെനിന്നും വേറെ വഴിക്ക് പോയാലേ ഹോസ്റ്റലിലെത്തൂ. ഗൾഫിലുള്ള പുത്തൻ പണക്കാരൻ നടത്തുന്നതാണ് കോളേജ്. അവിടെ ബ്ലോക്കിൽ കള്ള് കച്ചവടം നടത്തുകയും പലതവണ പൊലീസ് പിടിക്കുകയും പല തവണ രക്ഷപ്പെടുകയും ചെയ്ത്, പിന്നെ ഒറ്റയടിക്ക് രക്ഷപ്പെട്ട ഒരാളാണത്രേ കോളേജ് മുതലാളി. കോട്ടൊക്കെയിട്ടു നിൽക്കുന്ന അയാളുടെ ഒരു ഫോട്ടോ അവൾ കണ്ടിട്ടുണ്ട്. എത്ര വില കൂടിയ കോട്ടാവും? പക്ഷേ ഒരു കാറിയ മുഖമാണ് അയാളുടെ രൂപത്തിന്. ചില വയസ്സന്മാരായ മന്ത്രിമാർക്കും ഉദ്യോഗസ്ഥർക്കും പെൺകുട്ടികളെ എത്തിച്ചു കൊടുക്കുന്ന പണിയും ഉണ്ടെന്ന് കഴിഞ്ഞ ദിവസം ക്ലാസിൽ പഠിക്കുന്ന സൗമ്യ പറഞ്ഞത് അവളോർത്തു. ഹോസ്റ്റൽ നിൽക്കുന്ന കുറുക്കൻപാറയിൽ കിലോമീറ്റർ കണക്കിന് കാട് ഇതിനകം അയാൾ കൈയേറിക്കഴിഞ്ഞുവെന്ന് ക്ലാസിലെ അരുണും പറഞ്ഞതോർക്കുന്നു.

രണ്ടു തവണ ലീവിനു വന്നപ്പോഴും അല്ലി പക്ഷേ ഇതെല്ലാം അമ്മയോട് പറഞ്ഞു. കേൾക്കുമ്പഴേ സൂക്ഷിക്കണമെന്ന് പറഞ്ഞ് ശാസന തുടങ്ങി അമ്മ. അമ്മയുടെ ചീത്ത കേൾക്കാൻ ഞാനെന്തിനാണിതൊക്കെ പറയാൻപോയതെന്ന് അവളോർക്കും. എന്നാലും അവൾ അമ്മയോട് എല്ലാ വിശേഷങ്ങളും പറയും. കാരണം അവൾക്ക് ഒരേയൊരു കൂട്ടുകാരിയേ ഉള്ളൂ. അത് അവളുടെ അമ്മയാണ്. അച്ഛനോട് പക്ഷേ അല്ലി ഒന്നും പറയില്ല. അച്ഛന്റെ കൈയിലെപ്പോഴും പുസ്തകമാണ്. കോയമ്പത്തൂരിൽ സൂപ്പർവൈസറാണ് അച്ഛൻ. അതുകൊണ്ടുതന്നെ ലീവ് കിട്ടാൻ പാടാണ്.

ഒരു ദിവസം അച്ഛൻ കോയമ്പത്തൂരിൽനിന്ന് വരുമ്പോൾ മൊബൈൽ സെറ്റ് വാങ്ങിക്കൊണ്ടുവന്നു. അല്ലിക്കാണ്. പക്ഷേ അമ്മ അതിനും അച്ഛനെ പൊതിരെ വഴക്ക് പറഞ്ഞു.

ഇങ്ങനെയൊരു മൊബൈൽ വാങ്ങിക്കൊടുത്തതുകൊണ്ടാണ് രണ്ട് വീടപ്പുറത്തെ ആ പെണ്ണ് ഒരു സ്കൂൾ ബസ്സ് ക്ലീനറോടൊപ്പം ഒളിച്ചു പോയത്.

അച്ഛൻ അന്ന് പതിവിനു വിപരീതമായി ഒച്ചയെടുത്തു.

നീയൊന്ന് മിണ്ടാതിരിക്കുന്നുണ്ടോ? അവൾക്ക് എൻട്രൻസിന് കിട്ടി. ദൂരെ കോളേജിൽ കൊണ്ടുചെന്നാക്കണം. അവൾക്ക് നമ്മളെ വിളിക്കണം. നമ്മൾക്കവളേയും. മൊബൈലില്ലാതെ എങ്ങനെ? നീ പറ.

അമ്മ പിന്നെ ഒന്നും പറഞ്ഞില്ല.

പക്ഷേ ദീർഘദൃഷ്ടിയുള്ള ആ അമ്മയ്ക്കു മകളെ ഉപദേശിക്കാനായില്ല.

മോളേ, ചിലയാണുങ്ങൾ പരിചയം ഭാവിച്ച് വിളിക്കും. സ്നേഹം നടിക്കും. വഴി തെറ്റി വിളിച്ചു ക്ഷമാപണസ്വരത്തിൽ സൗമ്യമായി പറയും. കിട്ടാതെ പോയ സ്നേഹത്തെപ്പറ്റിയും പറയും. പിന്നെ തന്റെ ഹൃദയത്തിൽ സ്നേഹം നിറഞ്ഞ് കവിഞ്ഞ് അനാഥമായി നിൽക്കുകയാണെന്നറിയിക്കും.

അതൊക്കെ മനസ്സിലാക്കാനുള്ള ബുദ്ധി എന്റെ മോൾക്കുണ്ട്. താനാണ് മൊബൈൽ ഫോൺ ഉപയോഗിക്കുന്നതെങ്കിലും അമ്മയാണ് കൈയിൽ വെച്ചുകൊണ്ടിരിക്കുന്നതെന്ന് അല്ലിക്ക് എപ്പോഴും തോന്നും. പത്തമ്പത് കിലോമീറ്റർ ദൂരത്തുള്ള ഹോസ്റ്റലിലിരിക്കുമ്പോഴും.

തന്റെ ഇടിക്കുന്ന ചങ്കാണ് മകൾ മൊബൈലായി കൊണ്ടുപോയിരിക്കുന്നതെന്ന് അമ്മയും വിചാരിക്കും.

മൊബൈൽ ഫോൺ വഴി വരാൻ പോകുന്ന ഏതോ ആപത്തിനെപ്പറ്റി ആ അമ്മ എന്തിനെന്നില്ലാതെ ആശങ്കപ്പെട്ടു. ആശങ്ക സത്യമാണെന്ന് ബോധ്യപ്പെടാൻ അധികകാലം വേണ്ടിവന്നില്ല. അതുവഴി വന്നുകൂടാൻ ശ്രമിച്ച പല അപകടങ്ങളെയും അവൾ അനായാസം മാറി കടന്നത് അവളുടെ അമ്മ നൽകിയ ഉപദേശങ്ങളുടെ ചിറകുകളുടെ ഉള്ളിൽ അവൾ മനസ്സുകൊണ്ട് പാർത്തതുകൊണ്ടുതന്നെയാണ്. എന്നിട്ടും അതു സംഭവിക്കുകതന്നെ ചെയ്തു.

ഓണപ്പൂട്ട് കഴിഞ്ഞ് പഠനസ്ഥലത്ത് തിരിച്ചുപോകാൻ അവൾക്കു രണ്ടു ദിവസം കഴിഞ്ഞില്ല. കൊണ്ടുപോയാക്കാൻ അച്ഛനല്ലാതെ വിശ്വസ്തനായ ഒരു പുരുഷൻ ഇല്ലാതെ പോയി. ആ പാവം അമ്മയ്ക്ക് അടുത്ത ബന്ധുക്കളെപ്പോലും വിശ്വാസമുണ്ടായിരുന്നില്ല. കോയമ്പത്തൂരിലെ കമ്പനിയിൽനിന്ന് ലീവ് കിട്ടാത്ത അച്ഛനെ അമ്മ ഇടമുറിയാതെ ഫോണിൽ ശാസിക്കുന്നത് അല്ലിക്ക് കേൾക്കാമായിരുന്നു. മകളുടെ പഠിത്തം തുടങ്ങിയതോടെ കൂടുതൽ സാമ്പത്തിക ബാധ്യത വന്ന കാര്യവും രാപകൽ ഭേദമില്ലാതെ മറ്റു പാർട്ടൈം ജോലികൾ കൂടി ചെയ്യുന്ന വിവരവും എന്തുകൊണ്ടോ അയാൾ ഭാര്യയോട് പറഞ്ഞില്ല. വിയർത്തും ക്ഷീണിച്ചു പരവശനായും അയാൾ സ്വകാര്യമായി തന്റെ താമസസ്ഥലത്തേക്ക് തിരിച്ചുവരികയും പ്രത്യാശയറ്റ തന്റെ ശരീരത്തെ നിസ്സംഗമായി നോക്കി ഏറെ ദൂരം കണ്ണാടിക്കു മുന്നിൽ നിൽക്കുകയും ചെയ്തു. പല രോഗങ്ങൾ ചേക്കേറിക്കൊണ്ടിരിക്കുന്ന പൂതലിച്ച ഒരു ഒറ്റമരമാണ് താനെന്ന് അയാൾക്കപ്പോൾ തോന്നി. പക്ഷേ പെട്ടെന്ന് അയാളുടെ കണ്ണുകളിൽ നേരിയ പ്രകാശം പരന്നു. താൻ രോഗിയായി മരണം കാത്തു കിടക്കുമ്പോൾ ഡോക്ടറായി മകൾ അല്ലി കൂടെയുണ്ടാകും.

ഇത്തവണ ഓണത്തിന്റെ പിറ്റേന്നുതന്നെ പരക്കംപാഞ്ഞ് മടങ്ങിയ ഭർത്താവിനെ ആ സ്ത്രീ ശപിക്കുംപോലെ പലതും പറഞ്ഞു. ഭർത്താവിനോട് സ്നേഹമുണ്ടെങ്കിൽ കോയമ്പത്തൂരിൽ ഓണമില്ലെന്നും ലീവ് കിട്ടില്ലെന്നും അല്ലിയുടെ അമ്മ വിശ്വസിച്ചില്ല. ഇങ്ങനെ ധൃതിപിടിച്ചു മടങ്ങുന്നതെന്തേ, നിങ്ങൾക്കവിടെ വേറെ ബന്ധമുണ്ടോ? അയാൾ തന്റെ

ഭാര്യയെ നോക്കി ദയനീയമായി ചിരിച്ചു. കിടപ്പറയിൽ നിങ്ങൾ മറ്റാരെയോ ഓർത്തു കിടക്കുന്നതു ഞാനറിഞ്ഞില്ലെന്ന് വിചാരിക്കരുത്. അപ്പോൾ അയാൾ അതേ ചിരി ആവർത്തിച്ചു. പാവം ആ സ്ത്രീയും എന്തു ചെയ്യാൻ? മാസത്തിൽ രണ്ടോ മൂന്നോ ദിവസം മാത്രമാണ് അയാൾ കോയമ്പത്തൂരിൽനിന്നും വരിക. യാത്രാക്ഷീണംകൊണ്ട് അയാൾ നേരത്തെ ഉറങ്ങിപ്പോകും. അതിനുമുമ്പ് വേണം ആ ഭാര്യയുടെ പരാതികൾ പറയാൻ. ഇങ്ങനെ ഉറങ്ങിപ്പോകുന്നതിനെപ്പറ്റിയും അവൾക്കു പരാതിയുണ്ട്. കോയമ്പത്തൂരിൽ നിങ്ങൾക്ക് ഉറക്കം കുറവാണെന്നു പറയുന്നു. പക്ഷേ വീട്ടിലെത്തുമ്പോൾ നിങ്ങൾ എത്ര വേഗമാണ് ഉറങ്ങിപ്പോകുന്നത്. അപ്പോഴും അയാൾ അതേ ചിരി ചിരിച്ചു. ഇത്തവണ ചിരിച്ചപ്പോൾ അയാൾ നന്ദിസൂചകമായ ഒരു നോട്ടം കൂടി ഭാര്യക്കെറിഞ്ഞുകൊടുത്തു. കിടപ്പറയിൽ പരാതി പറയുന്ന ഭാര്യമാർ ഭർത്താവിന് സുഖകരമായ ഉറക്കം സമ്മാനിക്കും.

ചിലപ്പോൾ അയാൾക്ക് ഭാര്യയോട് അതികഠിനമായ വാത്സല്യം തോന്നും. (അതങ്ങനെയാണ്. കുറെക്കാലം കഴിയുമ്പോൾ ഭാര്യ മകളായി പോകും, സ്നേഹമുള്ള ഭർത്താക്കന്മാർക്ക്). അടുത്ത തവണ വരുമ്പോൾ കോയമ്പത്തൂരിൽനിന്ന് അയാളൊരു മ്യൂസിക് പ്ലെയർ വാങ്ങിക്കൊടുത്ത് ഭാര്യയോട് പറഞ്ഞു:

നീ കുറച്ചു പാട്ട് കേൾക്ക്. മനസ്സിന് ശാന്തത കിട്ടും.

അപ്പോൾ ആ പാവം സ്ത്രീ പറഞ്ഞു:

നിങ്ങളിങ്ങനെ പാട്ടും കൂത്തുമായി നടന്നോളൂ. ഒരു മകളുള്ളത് മുതിർന്ന് നിൽക്കുകയാണെന്ന് മറക്കണ്ടാ.

ഭാഗ്യവശാൽ, അതീവ ഭാഗ്യവാന്മാരായ ഭർത്താക്കന്മാർക്കു മാത്രം ആർജ്ജിച്ചെടുക്കാനാവുന്ന ആ ചിരി അയാളുടെ ചുണ്ടിന്റെ അരികുകളെ പൊതിഞ്ഞു. അല്ലിക്ക് പാട്ട് വലിയ ഇഷ്ടമാണ്. പക്ഷേ ഇതിനൊന്നും സമയം കളയാതെ പഠിക്കാൻ നോക്ക് എന്ന് അമ്മ ശാസിച്ചു. ശാസന കാരണമാണ് അവൾ എൻട്രൻസിന് പാസ്സായതെന്ന് അവർ ദൃഢമായി വിശ്വസിക്കുന്നു. കോയമ്പത്തൂരിൽനിന്നു വരുമ്പോഴൊക്കെ ഒരിക്കലും പാട്ടുവെക്കാതെ ആ പ്ലെയർ നിസ്സഹായമായി അയാളെ നോക്കി. അത് ഓൺ ചെയ്യാതെ പൊടിപിടിച്ചു കിടന്നു. എന്നാൽ അതിഥികളാരെങ്കിലും ആ വീട്ടിലെത്തിയാൽ അല്പം ഉയരത്തുവെച്ച മ്യൂസിക് പ്ലെയർ ചൂണ്ടി അല്ലിയുടെ അമ്മ അഭിമാനപൂർവ്വം പറയും. അല്ലിയുടെ അച്ഛൻ കോയമ്പത്തൂരീന്ന് വാങ്ങിച്ചതാണ്.

അല്ലിയുടെ അച്ഛന് ഓണാവധി കിട്ടാതെ പോയതാണ് എല്ലാ അപകടങ്ങളും വരുത്തിവെച്ചത്. അവധിയും കഴിഞ്ഞ് രണ്ടു ദിവസം പോയി. പ്രിൻസിപ്പാൾ വഴക്കു പറയുമെന്നുറപ്പ്. പഠിക്കാനാണെങ്കിൽ ഒരു കൂന കിടക്കുന്നു. മറ്റന്നാൾ അവൾക്ക് ഇന്റേണൽഎക്സാമാണ്. അവൾ അച്ഛനെ ഫോണിൽ വിളിച്ചു കരഞ്ഞു. ഫോണിന്റെ അങ്ങേത്തലയ്ക്ക് കുറെനേരം അച്ഛൻ ഒന്നും പറഞ്ഞില്ല.

ഒടുവിൽ അവരൊരു തീരുമാനത്തിലെത്തി. അല്ലി നേരെ ഹോസ്റ്റലിലേക്കു പുറപ്പെടുക. അച്ഛൻ കുന്നത്തുകര ജംഗ്ഷനിൽ കാത്തു നിന്നോളാം. അതാവുമ്പോൾ കോയമ്പത്തൂരീന്ന് മുപ്പത് കിലോമീറ്റർ ലാഭമുണ്ട്. അങ്ങോട്ടുമിങ്ങോട്ടുമായി അറുപത്. മോളുടെ കൈയിൽ മൊബൈലുണ്ടല്ലോ. പത്തുമണിക്ക് ടൗണിലേക്കുള്ള ബസ്സിൽ പുറപ്പെട്ടാൽ മതി. സ്റ്റാന്റിൽ നിന്ന് നാലരമണിക്ക് നേരെ കുന്നത്തുകര ജംഗ്ഷനിലെത്തുന്ന ബസ്സുണ്ട്. അവിടെയിറങ്ങുമ്പോൾ ബസ്റ്റോപ്പിൽ അച്ഛനുണ്ടാവും. ആ റൂട്ടിൽ അപൂർവ്വമായേ ബസ്സുള്ളൂ. അതുകൊണ്ട് തിരിച്ചറിയാനെളുപ്പമാണ്. പോരെങ്കിൽ കുന്നത്തുകര മലമ്പ്രദേശമായതിനാൽ താഴെ ചുരംകയറി വരുമ്പോഴേ ബസ്സ് കാണുകയും ചെയ്യും. വേറെ മാർഗമില്ലല്ലോ മോളെ.

അവളച്ഛനെ സമാധാനിപ്പിച്ചു.

അതുമതിയച്ഛാ.

പക്ഷേ അമ്മയുണ്ടോ വിടുന്നു.

അതിനുംകിട്ടി അച്ഛന് ആവശ്യത്തിന് വഴക്ക്. നിങ്ങളീ കണ്ണിക്കണ്ട ഫോറിൻ പുസ്തകങ്ങളൊക്കെ വായിക്കുന്നതുകൊണ്ടാ, ഈ നാടിനെപ്പറ്റി അറീല്ല. അമേരിക്കയല്ല ഇത്. ഞാൻ വിടില്ല.

അപ്പോൾ അവൾ കോളേജിൽ പോകേണ്ടെന്നാണോ?

നിങ്ങൾക്ക് ഇപ്പോത്തന്നെ പുറപ്പെട്ടാലെന്താ?

ഉച്ചകഴിഞ്ഞ് എം.ഡി. വരുന്നുണ്ട്.

ആ തർക്കത്തിനിടയിൽ അല്ലി ഇടപെട്ടു. അച്ഛൻ കുന്നത്തുകരയെത്തിക്കോട്ടെ അമ്മേ, പകലല്ലേ, അച്ഛന്റെ കൂടെയാണെങ്കിലും ഇതിനകം രണ്ടുമൂന്നു തവണ പോയതുമല്ലേ. ക്ലാസിലെ പല പെൺകുട്ട്യോളും ഒറ്റയ്ക്കാ ലീവ് കഴിഞ്ഞ് വരുന്നത്.

അച്ഛൻ അത്ര ഉപദ്രവമല്ലാത്ത ഒരു നുണയും പറഞ്ഞു.

രമണീ, അല്ലിയെയും ഹോസ്റ്റലിലാക്കി മടക്കബസ്സിന് ഞാനങ്ങെത്തും. മൂന്ന് ദിവസം കഴിഞ്ഞേ മടങ്ങുള്ളൂ. കഴിഞ്ഞ പൊങ്കലിന്റെ അവധി ഇപ്പോഴെടുത്തോളൂ എന്ന് കമ്പനി സമ്മതിച്ചിട്ടുണ്ട്.

അമ്മ ഒടുവിൽ മനസ്സില്ലാമനസ്സോടെ സമ്മതിച്ചു. അല്ലിയുടെ അച്ഛൻ വന്ന് മൂന്നു ദിവസം താമസിക്കുന്നതിലും ആ സ്ത്രീക്ക് ചെറുതല്ലാത്ത സന്തോഷമുണ്ട്. അല്ലി പോകുന്നതോടെ പാവം അവർ പാടെ ഒറ്റയ്ക്കായിപ്പോകുന്നു. ഇതാവുമ്പോൾ രണ്ടുമൂന്നു ദിവസം ഭർത്താവൊരാളോട് പലവിധ പരാതികൾ പറഞ്ഞിരിക്കാമല്ലോ.

അല്ലി വീടിറങ്ങിയതും പക്ഷേ അമ്മയിൽ ഭർത്താവ് വരുന്ന സന്തോഷമൊക്കെ ഒറ്റയടിക്ക് ഇല്ലാതായി. മനസ്സു മുഴുവൻ മകളായിരുന്നു. ഒരു പല്ലി മോന്തായത്തിൽനിന്ന് അടർന്നു തന്റെ ചുമലിൽ വന്നു വീണതെന്തിനായിരുന്നു. കാര്യം ബി.എ. വരെ പഠിച്ചിട്ടുണ്ടെങ്കിലും ആ അമ്മയ്ക്ക് ഗൗളി ശാസ്ത്രത്തിലൊക്കെ നല്ല വിശ്വാസമാണ്. ആ മാത്യ

ഹൃദയം ഏകാന്തമായ ഒരു കൂട്ടിനകത്തു പെട്ടെന്ന് അകപ്പെട്ടതുപോലെ പിടയ്ക്കാൻ തുടങ്ങി. ഓരോ പതിനഞ്ചുമിനിട്ടിലും അമ്മ തന്റെ ലാന്റ് ഫോണിൽ മകളെ വിളിച്ചുകൊണ്ടിരുന്നു.

മോളേ, കുഴപ്പമൊന്നുമില്ലല്ലോ. അപരിചിതരാരോടും മിണ്ടാൻ നിക്കരുത്. അവർ വല്ലതും തന്നാൽ തിന്നാൻ നിൽക്കരുത്. വഴിയിൽ വല്ലേടത്തും നിർത്തിയാൽ ഇറങ്ങാൻ നിക്കേണ്ട. കഴുത്തിലെ മാലയുടെ ലോക്കറ്റ് ചുരിദാറിനകത്തേക്ക് ഇട്ടേക്കണം. വഴിയിലുള്ള ഒരു ടോയ്‌ലറ്റിലും കയറരുത്. എല്ലായിടത്തും ക്യാമറയാണ്.

ഔട്ട് ഓഫ് കവറേജ് ഏരിയയിലെത്തുമ്പോഴൊക്കെ താൻ ദുർബലമായ ഒരു പാരച്യൂട്ടിൽ താഴേക്കു താണുകൊണ്ടിരിക്കുന്ന വിമ്മിട്ടം അമ്മയ്ക്കനുഭവപ്പെട്ടു. അവൾ അപ്പോഴൊക്കെ ഓരോരോ ദേവാലയങ്ങളിൽ അവർക്കാവുംവിധമുള്ള നേർച്ചകൾ നേർന്നു.

കവറേജ് ഏരിയയിലെത്തി മകളെ കിട്ടുമ്പോഴൊക്കെ അമ്മ ചോദിച്ചു.

അവൾ പറഞ്ഞു.

അമ്മേ, വെറുതെ പേടിക്കല്ലേ. ഒരു കുഴപ്പവുമില്ല.

മോളേ, ചീത്തയായത് എന്തൊക്കെയോ സംഭവിക്കാൻ പോകുന്നതു പോലെ.

ഓ, ഈ അമ്മ ഒന്ന് സമാധാനിക്കുന്നുണ്ടോ? ഇവിടെ ഒരു കുഴപ്പവുമില്ല അമ്മേ.

ബസ്സിനുപുറത്ത് നഗരപ്രതീതികൾ മാഞ്ഞുതുടങ്ങിയപ്പോൾ ബസ്സിന്റെ വേഗം കൂട്ടി. അതോടെ ഡ്രൈവർ ഒരു പാട്ട് വെച്ചു.

ഈ പാട്ട് അവളെ ഒരേസമയം ഏകാന്തമായ അനുഭൂതികളിലേക്കു നയിക്കുകയും അതേസമയം ഉത്കണ്ഠകളിലകപ്പെടുത്തുകയും ചെയ്തു.

പക്ഷേ പാട്ടിന്റെ വരികൾ അവൾക്കു മനസ്സിലായതേയില്ല. വല്ല ന്യൂ ജനറേഷൻ സിനിമയിലേതുമാവും. കഴിഞ്ഞ ആഴ്ച കൂടെ പഠിക്കുന്ന ആബിദ് പറഞ്ഞ തമാശ അവളോർത്തു:

ഞങ്ങൾ കോഴിക്കോട്ടുകാർക്ക് രാവിലെ പൊറോട്ടയും മീൻകറിയും വല്യ ഇഷ്ടാണ്. പക്ഷേ, ഇപ്പോ പൊറാട്ട കിട്ടാനില്ല. മൈദയ്ക്ക് മുടിഞ്ഞ ക്ഷാമം. ആഴ്ചയിൽ ഒരൊറ്റ തിയ്യറ്ററിൽതന്നെ നാലും അഞ്ചും സിനിമ വന്നുപോകുന്ന കാരണം കേരളത്തിലിപ്പോൾ മൈദ കിട്ടാനില്ല. ഒക്കെ പോസ്റ്ററൊട്ടിക്കയാണ്.

ആബിദ് സംസാരിക്കുന്നതു കേൾക്കാൻ നല്ല രസമാണ്. പക്ഷേ അടുക്കാൻ പോകാറില്ല. അമ്മ ദൂരെനിന്ന് നോക്കുന്നതുപോലെ തോന്നും.

പാട്ട് കേൾക്കുമ്പോൾ അച്ഛൻ മൊബൈലിൽ വിളിക്കുന്നത് അറിയാതെ പോകുമോ എന്നതിനേക്കാൾ അല്ലിയെ അലട്ടിയത് ബസ്സിൽ പാട്ട് കേൾക്കുമ്പോൾ അവൾ ഉറങ്ങിപ്പോകുമോ എന്ന ആശങ്കയാണ്.

കാല്പനികമായ ഒരുപിടി ഗാനങ്ങളുമായി ബസ്സ് യാതൊരു പൊരുത്തവുമില്ലാതെ അമിതവേഗത്തിൽ കുതിച്ചു. അപ്പോഴവൻ എന്തുകൊണ്ടോ അച്ഛനും അമ്മയ്ക്കും തമ്മിലുള്ള ബന്ധത്തെപ്പറ്റിയാണോർത്തത്.

പാട്ടും വേഗവുമായുള്ള പൊരുത്തക്കേടിന്റെ അസ്വാസ്ഥ്യം അവളിൽ വല്ലായ്മ സൃഷ്ടിച്ചു. യാത്രക്കാരിൽ മറ്റാർക്കെങ്കിലും ഇങ്ങനെ തോന്നുന്നുണ്ടോ എന്ന് അവൾ ശ്രദ്ധിച്ചു. ഇല്ല. ആർക്കും ഇത് അസ്വസ്ഥകരമായി തോന്നുന്നില്ല. ഭാഗ്യം പക്ഷേ അല്ലിയെ തുണച്ചു. മീൻ കയറ്റിപ്പോയ ഒരു ബൈക്ക് കുറുകെ എടുത്തപ്പോൾ തൊട്ടു തൊട്ടില്ല എന്നായിപ്പോവുകയും ആക്കത്തിൽ ബൈക്ക് യാത്രക്കാരൻ പിടിവിട്ട്... ഇല്ല. ഒന്നും പറ്റിയില്ല. വലിയ ബഹളങ്ങളും വാക്ക് തർക്കങ്ങൾക്കുംശേഷം ബസ്സ് സ്റ്റാർട്ട് ചെയ്തു. പക്ഷേ ഡ്രൈവർ എന്തുകൊണ്ടോ പാട്ട് വെച്ചില്ല. പാടാതെ പോയ പാട്ടുകൾ അവൾ കണ്ണടച്ചു പതിയെ പൂരിപ്പിച്ചുകൊണ്ടിരുന്നു. ചില പാട്ടുകൾ ഇണങ്ങുന്ന ശബ്ദത്തിൽ, വേഗത്തിൽ...

പുറത്ത് വെയിൽ മങ്ങിത്തുടങ്ങിയ പച്ചയിലേക്കാണ് അവൾ കണ്ണുതുറന്നത്. തീരെ അപരിചിതമായ ഇടങ്ങളിലൂടെ ബസ്സ് ദുരൂഹമായി മുന്നേറിക്കൊണ്ടിരിക്കുന്നുവെന്ന് അല്ലിക്ക് സംശയമായി.

അവളുടെ ചങ്ക് പിടയ്ക്കാൻ തുടങ്ങി. പെട്ടെന്ന് ഹാന്റ് ബാഗിൽനിന്ന് മൊബൈലെടുത്തു നോക്കിയപ്പോൾ 123 മിസ്കോൾ. അവൾക്ക് തന്നെത്തന്നെ വിശ്വസിക്കാനായില്ല. ഇത്രനേരം എനിക്കെങ്ങനെ ഒന്നുമോർക്കാതെ ഉറങ്ങാനായി?

അവൾ പുറത്തേക്കു തലയിട്ട് നോക്കിക്കൊണ്ടിരിക്കെ, മുമ്പ് കണ്ടുപരിചയിച്ച ദൃശ്യങ്ങൾ അല്ലിയെ കൈവീശി സമാധാനിപ്പിച്ചപോലെ തോന്നി.

തൊട്ടരികിൽ കസവുസാരിയുടുത്തു പ്രൗഢയായ ഒരു സ്ത്രീ. നരയിൽ മൈലാഞ്ചിയിട്ട അഞ്ചോ പത്തോ അളകങ്ങൾ അവരുടെ മുഖത്തേക്ക് കാറ്റിൽ വന്നൊട്ടിപ്പിടിച്ചു.

അവൾ ചോദിച്ചു.

ചേച്ചീ, കുന്നത്തുകര എത്താറായോ?

അതിവേഗത്തിൽ ബസ്സ് കുതിക്കുകയായിരുന്നു.

അവർ എന്തോ ഭാവം മറച്ചുവെച്ചുകൊണ്ട് തിരിച്ചുചോദിച്ചു.

കുന്നത്തുകരയിൽ മോൾക്ക് എവിടെയാണിപ്പോ പോകേണ്ടത്.

ശരിക്കും പോകേണ്ടത് കുറുക്കൻപാറയിലാണ്. അവിടെ മെഡിക്കൽ കോളേജിന്റെ ഹോസ്റ്റലിൽ.

അവരുടെ നിഗൂഢമായ കണ്ണുകൾ ബുദ്ധിയിൽ ഏതോ കുറുക്കുവഴി തേടുന്നുണ്ടോ? അല്ലി സംശയിച്ചു.

ബസ്സിൽ കണ്ടക്ടറെ അവളെത്തി നോക്കിയെങ്കിലും അവിടെയെങ്ങും കണ്ടില്ല.

മോള് പേടിക്കണ്ട. എത്താറാകുമ്പോൾ ഞാൻ പറഞ്ഞാൽ പോരേ?

എന്തോ തീരുമാനിച്ചുറപ്പിച്ച പോലെ അവർ പറഞ്ഞു.

അവരുടെ കണ്ണിലെ വാത്സല്യം അവൾക്കു വിശ്വാസയോഗ്യമായി ത്തോന്നി.

അവൾ ആ സ്ത്രീ കാണാത്തവിധം മൊബൈലിലെ 123 മിസ് കോളിൽ ബട്ടണമർത്തി.

സംശയിച്ചതുതന്നെ.

120 കോളുകളും അമ്മയുടേത്. അച്ഛന്റെ മൂന്ന് കോളുകൾ. പാവം അമ്മ. പരിഭ്രമിച്ചിട്ട് ചാവാറായിട്ടുണ്ടാവും. ശ്രദ്ധിച്ചപ്പോൾ മൊബൈൽ സെറ്റിൽ ടവർ സിഗ്നലില്ല. സിഗ്നലിലെത്തുമ്പോൾ വിളിക്കാമെന്നു വിചാരിച്ചു നോക്കുമ്പോൾ ഞെട്ടലോടെ അവളറിഞ്ഞു. ചാർജ് തീരാറായിരിക്കുന്നു. കഴിഞ്ഞ ദിവസം വീശിയടിച്ച കാറ്റിൽ കറണ്ട് പോയ രാത്രി മുഴുവൻ ചാർജ് ചെയ്തുവെച്ചതു വെറുതെയായി.

പെട്ടെന്നാണ് മെസേജ് കണ്ടത്. അവൾ വിറയ്ക്കുന്ന വിരലുകൾ കൊണ്ട് അത് തുറന്നു. മൂന്ന് മെസേജ്. മൂന്നും അച്ഛന്റേത്.

മെസേജ് 1: മോളെ പേടിക്കേണ്ട. അച്ഛൻ കുന്നത്തുകര സ്റ്റോപ്പിൽ തന്നെയുണ്ടാവും.

മെസേജ് 2: നിന്നെ വിളിച്ചിട്ട് ഫോണെടുക്കാതെ അമ്മ പരിഭ്രമിച്ചിരിപ്പാണ്. ഞാനൊരു നുണ പറഞ്ഞിട്ടുണ്ട്, മോളെ വിളിച്ചിരുന്നു. അഞ്ചു മിനിട്ട്കൊണ്ട് നമ്മൾ കാണുമെന്ന്.

മെസേജ് 3: തുറക്കാൻ ശ്രമിച്ചതും പ്രാണൻ വിട്ടുപോകാൻ വൈമനസ്യപ്പെട്ടുനിൽക്കുന്ന വേദനയാൽ മുരണ്ട് ഫോൺ ഓഫറായി.

യാഥാർത്ഥ്യത്തിന്റെ ശക്തമായ അടിയേറ്റിട്ടെന്നവണ്ണം അവൾ പെട്ടെന്ന് സീറ്റിൽ നിന്നെഴുന്നേറ്റു.

ഇടംകണ്ണിട്ട് തൊട്ടടുത്ത ചേച്ചി എല്ലാം ശ്രദ്ധിക്കുകയായിരുന്നു.

എന്തുപറ്റി കുട്ടീ?

ചേച്ചി ചോദിച്ചു.

അവൾ സീറ്റിലേക്കുതന്നെ മടങ്ങി.

കുറുക്കൻപാറ ഹോസ്റ്റൽ എനിക്ക് നല്ല പരിചയമാണ്. മോളെയവിടെ എത്തിച്ചുതന്നാൽ പോരേ.

ഇവിടെ പരിചയമായി വരുന്നേ ഉള്ളൂ അല്ലേ?

അവർ ഗൂഢമായ ഒരു ചിരി ചിരിച്ചുകൊണ്ട് ചോദിച്ചു.

ആണെന്നോ അല്ലെന്നോ മനസ്സിലാക്കാൻ പറ്റാത്തവിധത്തിൽ അവൾ തലയനക്കി.

ഹോസ്പിറ്റലിൽ എം.ബി.ബി.എസ്സിനോ നഴ്സിംഗിനോ?

എം.ബി.ബി.എസ്.

എൻട്രൻസ് എഴുതിയിട്ടോ, പണം കൊടുത്തിട്ടോ?

എൻട്രൻസ്.

മിടുക്കി. പെൺകുട്ട്യോളായാൽ അങ്ങനെ വേണം. സ്വന്തം കാലിൽ നിൽക്കാനും വരുമാനം ഉണ്ടാക്കാനും കഴിയണം.

അവർ പെട്ടെന്ന് വാചാലമായിത്തുടങ്ങി.

എനിക്ക് രണ്ടു മക്കളാ. ഒരാണും ഒരു പെണ്ണും.

രണ്ടും പഠിച്ചില്ല. ഞാനൊരുപാട് പരിശ്രമിച്ചതാ.

ചേച്ചി എവിടെയാണിറങ്ങുക.

മോൾക്ക് ഇറങ്ങേണ്ട സ്ഥലത്തുതന്നെ.

അവൾക്ക് ആശ്വാസമായി.

പക്ഷേ അവരുടെ ചലനങ്ങളിൽ, കണ്ണുകളിൽ അസാധാരണമായ നിഗൂഢതകൾ അവൾ വായിച്ചു.

നിങ്ങടെ കോളേജിന്റെ മൊതലാളി ഭാർഗവൻസാറിനെ എനിക്ക് നല്ല പരിചയമാ.

അവളൊന്നു മൂളി.

അവർ തുടർന്നു:

ആളൊരു ശിക്കാരിയാണ്. ഞങ്ങളുടെ അടുത്തൊരു കാടുണ്ട്. സ്ഥിരം ഒരു തോക്കൊക്കെയെടുത്ത് വേട്ടയ്ക്ക് വരും.

ഇളംമാനിന്റെ ഇറച്ചി ഭയങ്കര ഇഷ്ടമാ.

ജന്മനാ പിശുക്കനാണെങ്കിലും ചിലേടത്ത് വാരിക്കോരിക്കൊടുക്കും. ആ പ്രദേശത്തെ പൊലീസുകാർപോലും ഭാർഗവൻസാറിനോട് ചോദിച്ചിട്ടെ എന്തെങ്കിലും ചെയ്യൂ.

ഇടതും വലതും നോക്കി ഒച്ച കുറച്ച് ചേച്ചി പറഞ്ഞു.

പൊലീസുകാരുമൊത്ത് കാട്ടിൽ വാറ്റ് ചാരായമുണ്ടാക്കി കഴിക്കലാ മറ്റൊരു ഹോബി. പക്ഷേ, ഇഷ്ടപ്പെട്ടാൽ തനി തങ്കമാ.

പുറത്ത് ഓർമ്മയിൽ മറന്നും മറഞ്ഞും നിൽക്കുന്ന അനേക പ്രകൃതികൾ കടന്നുപോയി.

അല്ലി മൊബൈലിനെ ഒന്നുകൂടി നോക്കി. ഓൺ ചെയ്തെടുക്കാനുള്ള ശ്രമം പാഴായി.

കുന്നത്തുകര ജംഗ്ഷനിൽ അച്ഛൻ കാത്തുനിന്ന് മടുത്തുകാണുമോ?

ഉദ്ദേശിച്ചതിലധികം ദൂരം ഈ യാത്രയ്ക്കനുഭവപ്പെടുന്നുണ്ടോ?

വഴി തെറ്റിയോ?

എങ്കിൽ ഈ ചേച്ചി നുണ പറയുന്നതെന്തിന്?

ആലോചിച്ചിരിക്കുന്ന അല്ലിയുടെ കവിളിൽ ഒന്നു ചെറുതായി തലോടി ക്കൊണ്ട് ചേച്ചി പറഞ്ഞു.

വെളുപ്പ് ഇത്തിരി കുറഞ്ഞാലും നല്ല ഭംഗിയുള്ള സ്കിന്നാണ് മോള്ടേത്.

ഈ പുരികമൊന്ന് ത്രെഡ് ചെയ്താൽ ഇപ്പോഴുള്ളതിന്റെ ഇരട്ടി ഭംഗിയുണ്ടാകും.

അതു പറഞ്ഞപ്പോഴാണ് അല്ലി ചേച്ചിയുടെ പുരികം ശ്രദ്ധിച്ചത്. ഭംഗിയായി ത്രെഡ് ചെയ്തിരിക്കുന്നു. നല്ല വെളുത്ത, പത്മദളാകാരമുള്ള മുഖം.

അല്ലി ചോദിച്ചു.

ചേച്ചി എവിടെപോയതാ?

ജോലി സ്ഥലത്ത്.

എന്തു ജോലിയാ?

അവർ ചിരിച്ചു.

സിറ്റീല് ബ്യൂട്ടീഷ്യനാണ്. ഭർത്താവ് നേരത്തെ മരിച്ചു. ആരോ കൊന്നതാണ്. വീടിനു വെളിയിലിറങ്ങാത്ത ഞാൻ മക്കളെ പോറ്റാൻ സിറ്റിയിൽ പോയി ജോലി ചെയ്യുന്നു.

അവർ നാണമുള്ള സ്വകാര്യംപോലെ പറഞ്ഞു.

എക്സ്ട്രാ ടിപ്പും കിട്ടും നല്ലോണം. അവര്ടെ സൗകര്യവും താത്പര്യവും കണ്ടറിഞ്ഞ് നിന്നേച്ചാ മതി. ഒന്നുമില്ലായ്മയിൽ നിന്നാ മോളേ. ഞാൻ വീടും എന്റെ അമ്പതുസെന്റ് പറമ്പുമൊക്കെ ഉണ്ടാക്കിയത്. വരുന്ന മാസം മോനെ വിസയെടുത്ത് ദുബായിലയയ്ക്കുന്നുണ്ട്. പാർലറിൽ വരുന്ന ഈ ക്ലൈന്റിന്റെ സഹായം.

അവരുടെ മുഖം അപ്പോൾ ആർത്തിയുടെ ചെന്താമര വിരിഞ്ഞപോലെ അല്ലിക്കനുഭവപ്പെട്ടു.

അതാ പറഞ്ഞത് നമ്മൾ ക്ലൈന്റിന്റെ താത്പര്യവും സുഖവും സൗകര്യവും നോക്കി വേണ്ടതു ചെയ്താൽ നല്ല മെച്ചാ. ങ്ഹാ, മോള് ഡോക്ടർക്ക് പഠിക്കുന്നതുകൊണ്ട് ചോദിക്കയാ, ഈ അരക്കെട്ടില് അടിഞ്ഞുകൂടിയ എക്സ്ട്രാ കൊഴുപ്പൊക്കെ സർജറി കൂടാതെ നീക്കം ചെയ്യാൻ പറ്റൂന്ന് കേട്ടു. ശരിയാണോ?

അവൾക്ക് അറപ്പു തോന്നി.

അത് പ്രകടിപ്പിക്കാതെ ഭാവിയിലെ ഒരു ഡോക്ടറെ പോലെ അല്ലി ചിരിച്ചുകൊണ്ടു പറഞ്ഞു.

ഞാൻ ഫസ്റ്റ് ഇയർ കഴിഞ്ഞതല്ലേ ഉള്ളൂ ചേച്ചീ. അതിനെക്കുറിച്ചൊക്കെ പഠിക്കുന്നതേയുള്ളൂ.

അപ്പോൾ മോൾ പതിനെട്ടു വയസ്സ് കഴിഞ്ഞതേയുള്ളൂ അല്ലേ?

പെട്ടെന്നവർ ഞെട്ടിയെണീറ്റു പറഞ്ഞു.

ഒന്നു നിർത്തണേ.

അല്ലിയെ നോക്കി അവർ പറഞ്ഞു.

മോളേ ഇവിടെയാണിറങ്ങേണ്ടത്.

ഇതു കുന്നത്തുകരതന്നെയാണോ ചേച്ചീ?

പരിഭ്രാന്തിയോടെ പുറത്ത് നോക്കുമ്പോഴേക്കും അവർ അല്ലിയുടെ കൈ പിടിച്ച് അല്പം ബലം പ്രയോഗിച്ച് പുറത്തേക്ക് ഇറങ്ങി.

ഈ കുട്ടീടെ ഒരു കാര്യം! മോളിറങ്ങ്.

അപ്പോഴേക്കും ഡോറിനടുത്തെത്തിയ കണ്ടക്ടറോട് അവൾക്ക് ചോദിക്കണമെന്നുണ്ടായിരുന്നു. ഇതു തന്നെയാണോ കുന്നത്തുകര?

ആലോചിച്ചു തീരുംമുമ്പ് അല്ലിയുടെ കൈയും പിടിച്ച് ചേച്ചി ഇറങ്ങിക്കഴിഞ്ഞു. കൈയിലുള്ള കനംകൂടിയ ബാഗ് ആ സ്ത്രീ വാങ്ങിക്കഴിഞ്ഞു.

മോള് ചൊമക്കേണ്ട. ഞാനെടുത്തോളാം.

പുറത്ത് വെയിൽ താണുതുടങ്ങുന്നത് അല്ലിയറിഞ്ഞു.

കുന്നത്തുകര ജങ്ഷനല്ലല്ലോ ഇതെന്ന് ആ കൊടുംവിജനതയിൽ അല്ലി ഞെട്ടലോടെ അറിഞ്ഞു.

ഒരു വിറ അവളുടെ ശരീരത്തിലൂടെ സ്കാൻ ചെയ്ത് കടന്നുപോയി.

തന്നെ, കെണിയിലാക്കിയിരിക്കയാണ് ചേച്ചി.

ഇടയ്ക്ക് അവിടെ പമ്മിപ്പമ്മി നിൽക്കുന്ന പരുക്കൻ പാറക്കല്ലുകൾ. അതിനെ ചുറ്റിപ്പറ്റി സമാധാനിപ്പിക്കുന്ന ഇളംകാറ്റു മാത്രം.

അല്ലിക്ക് ഒരു കരച്ചിൽ വന്നു തൊണ്ടയിൽ കുരുങ്ങി.

ചേച്ചീ, ഇതു വേറെ സ്ഥലമാണല്ലോ.

അല്ലിയുടെ നിഷ്കളങ്കമായ ചോദ്യം കേട്ട് ചേച്ചി ചിരിച്ചു.

പേടിക്കേണ്ട. ഇത് നിന്റെ ചേച്ചിയാണെന്ന് കരുതിയാൽ മതി.

അപ്പോ കുന്നത്തുകരയോ?

അത് മറ്റൊരു പ്രദേശമാണ് മോളേ.

അയ്യോ, എന്റെ അച്ഛൻ അവിടെ എന്നെക്കാണാതെ... അവളുടെ സ്വരത്തിൽ കരച്ചിലിന്റെ വിറയൽ വന്നു കൂടണഞ്ഞു തുടങ്ങിയിരുന്നു.

ചേച്ചിയുടെ ചിരി എന്തോ ഓർത്തിട്ടെന്നവണ്ണം മങ്ങി.

നമ്പരുണ്ടെങ്കിൽ അച്ഛനെ വിളിക്കാലോ.

അവൾ വിതുമ്പി.

ഈ മൊബൈലിൽ ചാർജ് പോയിരിക്കയാണ്.

ഇതാണ് പ്രശ്നം. ഇപ്പഴത്തെ പെങ്കുട്ട്യോൾക്ക് ആകെ അറിയുന്ന കാര്യം മൊബൈൽഫോൺ കൊണ്ടുനടക്കലാണ്. അതുപോലും ഈ കുട്ടിക്ക് നേരാംവിധം അറീല്ല... സാരമില്ല, ദാ, ഇവിടെ അടുത്താണ് എന്റെ വീട്.

പെട്ടെന്ന് ആ പെരുവഴിയിൽ അല്ലി നിന്നു.

ഇല്ല. ഞാനെങ്ങുമില്ല. എനിക്ക് കുന്നത്തുകരയിലെത്തണം. മടക്ക ബസ്സിന് കേറിക്കോളാം.

ചേച്ചി ചിരിച്ചു.

ഇനി മടക്കബെസ്സ് പുലർച്ചയ്ക്കാ കുട്ടീ.

ഒരു ഓട്ടോയെങ്കിലും...

ചേച്ചി പൊട്ടിച്ചിരിച്ചു.

ഈ കുട്ടിക്ക് കഥയെന്തറിഞ്ഞു? ഇതൊരു മൊട്ടപ്രദേശമാണ്. കണ്ടാലറിഞ്ഞൂടെ? ചെലപ്പോ, ഈ പ്രദേശം ഇന്ന് കണ്ട രണ്ടേ രണ്ട് മനുഷ്യന്മാര് മോളും ഈ ചേച്ചിയുമാവും.

എനിക്ക് ഹോസ്റ്റലിലെത്തണം.

കുറുക്കൻപാറേലെ ഹോസ്റ്റലല്ലേ? ഈ ചേച്ചി എത്തിക്കും. പോരെ? പക്ഷേ കുറുക്കുവഴിയിൽ അല്പം നടക്കണം. അവസാനം പറഞ്ഞ വാക്ക് കഴിഞ്ഞ് അവർ ചിരിച്ച ചിരിയിൽ അശ്ലീലത്തിന്റെ നനവുണ്ടോ?

അല്ലിയുടെ കണ്ണു നിറഞ്ഞു.

നടക്ക് കുട്ട്യേ.

ചേച്ചി പറഞ്ഞു.

അവൾക്കനുസരിക്കയേ നിവൃത്തിയുണ്ടായിരുന്നുള്ളൂ.

ആ പാറക്കുന്നിനു മീതെ പക്ഷിപോലും ശബ്ദിച്ചില്ല. ഒരു ഇളംകാറ്റ് പെട്ടെന്ന് ചെറുചുഴലിക്കാറ്റായി ശബ്ദമിട്ട് ദൂരേക്ക് അദൃശ്യമായ ഒരു ഭീകരക്കഴുകൻപോലെ പറന്നുപോയി. അവൾക്കു ചേച്ചിയെ അനുധാവനം ചെയ്യുകയേ നിവൃത്തിയുണ്ടായിരുന്നുള്ളൂ.

പേടിച്ചു വിളറിയ അവളുടെ മുഖം കണ്ട് ചേച്ചി പറഞ്ഞു:

നല്ല വെളർച്ചണ്ട് കുട്ടിക്ക്. കണ്ടില്ലേ, പത്തടി നടക്കുമ്പഴേക്ക് ചുണ്ടൊക്കെ വെളറി വെളുത്തിരിക്കുന്നു. ഡോക്ടറാവാൻ പോകുന്ന ആളല്ലേ, ഇതൊക്കെ ഒന്ന് ശ്രദ്ധിക്കണം. നല്ല നല്ല ഭക്ഷണങ്ങള് വാങ്ങി ത്തിന്നണം.

ഭയംകൊണ്ട് അല്ലിയുടെ ഭാരം കുറഞ്ഞുപോയി.

അവൾക്ക് ഉച്ചത്തിൽ അച്ഛനെ വിളിച്ച് അലറിക്കരയണമെന്നുണ്ട്. പക്ഷേ ഇപ്പോൾ ചെയ്യുന്നത് കൗടില്യം സ്ഫുരിക്കുന്ന ഈ സ്ത്രീയെ പിന്തുടരുക മാത്രമാണ്.

റോഡ് മുറിച്ച് അവർ ഒരു വനത്തിന്റെ പാർശ്വപ്രദേശത്തെത്തി.

അതിനകത്ത് നിന്നെവിടെനിന്നോ ഒരു മുളങ്കൂട്ടം പല്ലിറുമ്മുന്നതു കേട്ടു.

ചെറിയൊരു വീടിനടുത്തേക്ക് ചേച്ചി അല്ലിയെ നയിച്ചു.

കോലായിൽ പൊടിമീശക്കാരനായ ഒരു ചെറുപ്പക്കാരൻ റേഡിയോ ട്യൂൺ ചെയ്യുകയായിരുന്നു അപ്പോൾ. ചേച്ചിയെക്കണ്ട അവനെഴുന്നേറ്റു.

മോനാണ്. മോളിരുന്നാട്ടെ.

അവർ കൂട്ടത്തിൽ ഭംഗിയുള്ള ഒരു പ്ലാസ്റ്റിക് കസേരയിലേക്കു നീട്ടി പ്പറഞ്ഞു.

അവൾക്ക് ഇരിക്കാൻ തോന്നിയില്ല.

പുറത്ത് പകൽ വീണ്ടും മങ്ങിയതായി അല്ലി അറിഞ്ഞു.

ചേച്ചി അപ്പോഴേക്കും ഒരു കസേരയിലേക്ക് എടുത്തുവെച്ച തന്റെ ബാഗിന്റെ സിബ്ബ് തുറന്നുവച്ച് ധൃതിയിൽ അവൾ അവളുടെ ചാർജ റെടുത്തു.

അച്ഛനെ എനിക്കൊന്നു വിളിക്കണം. ഒന്ന് ചാർജ് ചെയ്തുതരുമോ ചേച്ചീ.

അതോടെ ചേച്ചി മകനെ നോക്കി.

അവൻ തല താഴ്ത്തി.

മോളെ ഇവിടെ കറണ്ടില്ല. കഴിഞ്ഞമാസം പണം കെട്ടേണ്ടതാ. കൊടു ത്തേല്പിച്ചു. ഇവനിവിടെ ഈ ട്രാൻസിസ്റ്ററും പിടിച്ച് പാട്ടുകേൾക്ക ലല്ലാതെ ഈ വക അനുസരണയില്ല. അടുത്തമാസം കറണ്ട് കിട്ടും.

ആ വാക്ക് തന്നെ പരിഹസിക്കാനായി പറഞ്ഞതാണോ എന്നവൾ ആലോചിച്ചു.

അകത്തുനിന്ന് ഒരു പെൺകുട്ടി ഞരങ്ങുന്നുണ്ടോ?

അല്ലി പെട്ടെന്നെഴുന്നേറ്റ് പറഞ്ഞു:

എനിക്ക് പോകണം ചേച്ചീ.

അവളുടെ ശബ്ദത്തിൽ കരച്ചിൽ കലർന്നു.

ചേച്ചി സമാധാനിപ്പിച്ചു.

പേടിക്കേണ്ട മോളേ. കുറുക്കൻപാറയിലെ നിങ്ങടെ ഹോസ്റ്റൽ ദേ, ഈ കാട് മുറിച്ചു കടന്നാമതി. ഒരു അഞ്ച് മിനിറ്റ്. പേടിക്കേണ്ട. എന്റെ മോൻ കൊണ്ടാക്കിത്തരും.

മകന്റെ നേരെ തിരിഞ്ഞ് അവർ പറഞ്ഞു, എടാ, നീ കുറുക്കൻപാറ യിലെ നമ്മുടെ ഭാർഗവൻസാറിന്റെ മെഡിക്കൽകോളേജ് ഹോസ്റ്റലിൽ ഈ കൊച്ചിനെ കൊണ്ടുപോയാക്കണം.

അവൻ ഒരു പ്രത്യേകഭാവത്തിൽ അവളെ അടിമുടി നോക്കി. ആ നോട്ടത്തിന്റെ അർത്ഥം അവൾ മനസ്സിൽ കുറുക്കിയെടുത്തുകൊണ്ടി രുന്നു.

ചേച്ചി അകത്തുപോയതും ആരോ അമർത്തിപ്പിടിച്ച് തേങ്ങുംപോലെ അല്ലി കേട്ടു. പിന്നെ ഫോണിൽ സംസാരിച്ചോ, ചേച്ചി...?

കുറുകെ കടക്കേണ്ട വനത്തെ അവൾ നിസ്സഹായമായ വിധുരപോലെ ഒന്നു നോക്കി.

കൂടെ വരുന്ന ഈ ചെറുക്കൻ കശാപ്പുകാരനോ കൊലക്കത്തിയോ?

അകലെ നിന്നെവിടെനിന്നോ ഒരു വെടിപൊട്ടിയോ?

മുറ്റവും പറമ്പും കഴിഞ്ഞുള്ള കിളവരെ ചേച്ചി അല്ലിയെ അനു ധാവനം ചെയ്തു.

മോള് ഡോക്ടറായാൽ ഈ ചേച്ചിയോട് ഫീസ് വാങ്ങരുത് കേട്ടോ. അതിലെ പരിഹാസം അവൾ ചികഞ്ഞുനോക്കി. പോകുംമുമ്പ് ചേച്ചി പറഞ്ഞു:

ബസ്സ് കുന്നത്തുകര കഴിഞ്ഞിട്ട് ഒരുപാട് ദൂരത്തെത്തിയപ്പോഴാണ് മോളുണർന്നു ചോദിച്ചത്. ആ വിജനതയിൽ എനിക്ക് സത്യം പറഞ്ഞ് നിന്നെ ഉപേക്ഷിക്കാൻ കഴിഞ്ഞില്ല. അല്ലി ഒരു സുന്ദരിക്കൊച്ചല്ലേ.

ചേച്ചി പൊട്ടിച്ചിരിച്ചു.

അകത്തുനിന്ന് ഒരു പെൺകുട്ടി ശരിക്കും നിലവിളിക്കുന്നത് അല്ലി കേട്ടു. ഇത്തവണ ആ കരച്ചിൽ കേൾക്കാത്തതുപോലെ നടിക്കാൻ ചേച്ചി ക്കായില്ല. ആ മുഖം ഗൗരവം പൂണ്ടു.

അകത്തേക്ക് ചെന്ന് ഈ ചേച്ചി ആ പെൺകുട്ടിയെ പൊതിരെ തല്ലു മായിരിക്കും. അതിനൊടുവിൽ തല്ലുമ്പോൾ എന്താണു പറയുക എന്ന് അല്ലിക്ക് അറിയാമായിരുന്നു. അസത്തേ ഒച്ചവെക്കാതെ കിടന്നില്ലെങ്കിൽ നിന്റെ ശവംപോലും കിട്ടില്ല. കെണിവെച്ചു പിടിക്കാൻ പെട്ടപാട് എനിക്കേ അറിയൂ. അഹങ്കാരി!

വനത്തിനകത്തേക്കു കാലെടുത്തുവെച്ചതും അല്ലി വിചാരിച്ചു:

എവിടെ വെച്ചാവും അത് സംഭവിക്കുക?

ആദ്യം കടിച്ചു മുറിക്കുക ചുണ്ടുകൾ തന്നെയാവും. പ്രാണനെങ്കിലും ബാക്കി കിട്ടിയാൽ കിടക്കയിൽകിടന്ന് അച്ഛനെ കാണാമായിരുന്നു. പാവം അമ്മ എവിടെയെങ്കിലും ബോധം കിടപ്പുണ്ടാവും. എത്രയോ താക്കീതു കൾക്കു ശേഷവും അതു സംഭവിച്ചു.

എവിടെനിന്നോ കാട്ടുതേൻ പൊട്ടിയ ഉന്മാദഗന്ധം പരന്നു.

വളരെപ്പെട്ടെന്ന് വനം അതിന്റെ നിശ്ശബ്ദത ഭഞ്ജിച്ച് സജീവമായി.

അല്ലി ഇതുവരെ കാണാത്ത പക്ഷികൾ പല ഭാഗങ്ങളിൽനിന്നും പാടി. അതു പാടിയതോ മുന്നറിയിപ്പു തന്നതോ?

തണുത്ത ഒരു തെളിനീരുറവ ഉരുളൻ വെൺകല്ലുകൾക്കിടയിലൂടെ ചിലങ്ക കിലുങ്ങിപ്പാഞ്ഞു. അവളുടെ ചുരിദാറിന്റെ ബോട്ടം നനഞ്ഞു.

അവൻ ചുമലിൽ പിന്നാക്കം ചാർത്തിയിട്ട തുണിസഞ്ചിയിൽ എന്തൊ ക്കെയോ ആയുധം മുഴച്ചുനിന്നു.

ട്രാൻസിസ്റ്റർ പക്ഷേ അയാൾ കൈവിട്ടിരുന്നില്ല.

പൂരിപ്പിക്കാനാവാത്ത ആ അയുക്തികതയിൽ നിന്ന് ആയുധ ങ്ങളൊന്നും അവൾക്കു കണ്ടെടുക്കാനായില്ല.

പുറംസഞ്ചിയിലുള്ളതെന്തെന്ന് ആ നടത്തത്തിനിടയിൽ അവൾ ഇടം കണ്ണിട്ടു. ഒരു വലിയ ടോർച്ച്. കറന്റിൽ പ്രവർത്തിക്കുന്ന രണ്ടടി നീളമുള്ള കനമുള്ള ടോർച്ച്. കത്തിയുടെ പിടിപോലൊന്ന്.

പക്ഷികൾ കൂടണയുന്നതിന്റെ കൂട്ടമായ പതംപറച്ചിലുകൾ കാടിന്റെ

99

അജ്ഞാതമായ ഉറവയായി പൊട്ടുന്നത് അവളറിഞ്ഞു. ഒരുപക്ഷേ താൻ കാണുന്ന അവസാനത്തെ പകൽ.

തോല്പിക്കാനായി അവൾക്കൊരു ചോദ്യം വന്നുനിന്നു.

കറന്റില്ലാത്ത വീട്ടിൽനിന്നെങ്ങനെ ചാർജ് ചെയ്യുന്നു.

അവൻ പുച്ഛത്തോടെ ചോദിച്ചു:

ഭാർഗവൻസാറിന്റെ ഔട്ട്ഹൗസുണ്ടല്ലോ?

അതെവിടെ?

ഈ കാട്ടിൽ.

നടത്തം മന്ദഗതിയിലായപ്പോൾ ശാസിക്കുംപോലെ അവൻ നോക്കി.

ചേർന്നു നടന്നോളൂ. പലതരം കുഴികളുള്ള സ്ഥലമാണ്. കാണില്ല. മരണപ്പൊത്തെന്നാണ് ഇവിടെ പറയുക.

ഇതു മരണപ്പൊത്തിലേക്കുള്ള യാത്രയല്ലാതെ മറ്റെന്താണ്?

കെണിവെച്ചുപിടിച്ച ഒരു പെൺകുട്ടിയുടെ നിശ്ശബ്ദമായ മരണം. അവസാനത്തെ പ്രാർത്ഥനയെന്താവണം.

കുന്നത്തുംകരയിൽനിന്ന് അച്ഛൻ വെറും നിലത്തിരുന്ന് കരയുകയാവും. ആളുകൾ ആശ്വസിപ്പിക്കുന്നുണ്ടാവുമോ? എന്റെ ഫോട്ടോ വാങ്ങിനോക്കി മകൾക്കു പറ്റിയ അബദ്ധത്തെപ്പറ്റി പിറ്റേന്ന് കണ്ടക്ടർ അച്ഛനോട് പറയുമായിരിക്കും.

അടുത്ത ജന്മത്തിലെങ്കിലും അച്ഛനോടൊപ്പം ജീവിച്ചുതീർക്കണം, മകളായിത്തന്നെ.

ഈ കെണിക്ക് ഇവനുള്ള ശമ്പളമെന്താവും?

കൈനിറയെ പണമോ? അവശിഷ്ടം വന്ന ഇറച്ചിയോ?

വനത്തിനകത്ത് രണ്ടടി നടന്നതും അവൾക്ക് എന്തെന്നില്ലാത്ത ആത്മവിശ്വാസം തോന്നി. അവൾ വനദേവതയെ തൊഴുതു.

അല്ലി ആ ചെറുപ്പക്കാരനോട് ചോദിച്ചു:

നിങ്ങടെ വീട്ടിൽ ഒരു കരച്ചിൽ കേട്ടിരുന്നല്ലോ. ആരുടേതാണ്?

അതോടെ അവന്റെ മുഖത്ത് നേരിയ ക്രുദ്ധത കലർന്ന വൈരുദ്ധ്യം പരന്നുവോ?

ചെറുപ്പക്കാരനൊന്നും പറയാതെ കൈയിലിരിക്കുന്ന ട്രാൻസിസ്റ്ററിലേക്കു തിരിഞ്ഞു. അതിന്റെ ടോണിൽനിന്നു വ്യത്യസ്ത സ്റ്റേഷനുകൾ ഉളികൊണ്ട് ലോഹം ചിരകുന്നവിധം ഒന്നിച്ച് ഒച്ചവെച്ചു.

വനനിശ്ശബ്ദതയിൽ പക്ഷേ പെട്ടെന്ന് ഒരു പാട്ട് കുത്തിയൊലിച്ചു.

ഭാസ്കരൻമാഷിന്റെ വരികൾക്ക് ബാബുരാജ് ഈണം നൽകിയിരിക്കുന്നു എന്ന മുഖവുര മാത്രം ഉരഞ്ഞെത്തി വന്നവഴിക്ക് പോയി.

ഒരു മാൻ കുറുകെ ഓടി.

എവിടെയോ വെടിപൊട്ടിയോ?

അല്പം നിശ്ശബ്ദതയ്ക്കുശേഷം പാട്ട് വന്നെത്തി:

പൊട്ടിത്തകർന്ന കിനാവുകൊണ്ടൊരു

പട്ടുനൂലൂഞ്ഞാല് കെട്ടീ ഞാൻ...

പട്ടുനൂലൂഞ്ഞാല് കെട്ടീ ഞാൻ...

അതിനിടയ്ക്ക് അവൾ ചോദിച്ചതിനൊന്നും അവൻ മറുപടി പറഞ്ഞില്ല.

ഒട്ടും രസിക്കാത്ത ഒരുതരം സ്ഥായീഭാവം അവന്റെ കൂട്ടുപ്രകൃതമായിരുന്നു. പെണ്ണിനോടുള്ള ആണിന്റെ പുച്ഛംതന്നെയാവും ആ ചുണ്ടിൽ.

ഇടയ്ക്ക് അവളൊന്നു തെന്നിവീഴാൻ പോയപ്പോൾ അവനൊന്നു നോക്കിയതുപോലുമില്ല.

അച്ഛനെ ഇപ്പോൾ കുന്നത്തുകരയിലെ ആളുകൾ എഴുന്നേല്പിച്ചിരുത്തി വെള്ളം കൊടുക്കുകയാവും.

അമ്മ നിലവിളിച്ചു കരയുമ്പോഴും അച്ഛനെ കുറ്റപ്പെടുത്തുന്നുണ്ടാവും: നിങ്ങൾ, നിങ്ങളൊരാള് കാരണം. പറഞ്ഞാ വല്ലതും കേൾക്ക്വോ മനുഷ്യാ നിങ്ങള്. എന്റെ പൊന്നുമോളേ...

നമുക്കൊന്നിച്ച് വിഷം കഴിക്കാം, രമണീ.

ഇടയ്ക്ക് ഒരു മിന്നൽപ്പിണരുപോലെന്തോ കാട്ടിലൂടെ പാഞ്ഞുപോയത് ശരിക്കുമവൾ കണ്ടു. വാറ്റുചാരായത്തിന്റെ ഒഴിഞ്ഞ കുപ്പികൾ, സിഗരറ്റ് കൂടുകൾ, ബീഡിക്കുറ്റികൾ ഇവ കണ്ടു, അവൾ.

ആബിദിന്റെ പ്രതികരണമെന്താവും?

രണ്ടുമാസം കഴിഞ്ഞാൽ അവൻ പൂജയുമായി അടുക്കും. അത്ര തന്നെ.

ആകാശചാരിയായ കാട്ടുപനകളുടെ കൂട്ടങ്ങളും കൂറ്റൻ മഹാഗണികളും അവയുടെ കൊമ്പിലെ അനേകായിരം തരം പക്ഷികളെയും അവൾ കണ്ടു.

ഈ പ്രകൃതിഭംഗിക്കകത്താണ് താൻ കൊല്ലപ്പെടാൻ പോകുന്നത്.

റേഡിയോവിൽ ഇടയ്ക്ക് പാട്ട് നിന്നു.

പൊട്ടിത്തകർന്ന കിനാവ് കൊണ്ടൊരു... എന്നും പാടി പെട്ടെന്ന് നിൽക്കുകയായിരുന്നു.

അതോടെ ഏറെ അസ്വസ്ഥനായ ചെറുപ്പക്കാരൻ സെറ്റിനെ ഒന്നു ക്രൂരമായി തട്ടിക്കുടഞ്ഞു.

അപ്പോഴേക്കും മറ്റൊരു സ്റ്റേഷനിലെത്തി റേഡിയോ കലപില കൂട്ടി.

നടത്തം ഒന്നു നിർത്തി പാട്ടുകേട്ടുകൊണ്ടിരുന്ന സ്റ്റേഷനിലേക്ക് ഒന്നുകൂടി നോബ് തിരുപ്പിടിപ്പിച്ചു.

ഒരനക്കവും കേട്ടില്ല.

പകൽവെളിച്ചം തളരുകയാണ്. പകരം തണുത്ത കാറ്റിന്റെ ഘന സഞ്ചാരങ്ങൾ ഇടയ്ക്ക്.

ഒരു മരംകൊത്തി മറ്റേതോ ലോകത്തോട് മരംകൊത്തുന്ന എണ്ണം കൊണ്ടു സംവദിച്ചു. തിരിച്ചും അതുകേട്ടു. എട്ട് കൊത്തലിന് 12 എണ്ണം മറുപടി. 12ന് ആറ്. ആറിന് ഏഴ്. അവർ പറയുന്നതെന്താവും?

ശാസിക്കുമ്പോലെ അവനെത്ര നോക്കിയിട്ടും അവൾ അവന്റെ പിറകിലേ നടന്നുള്ളൂ. ഷാൾ രഹസ്യമായി ഒറ്റച്ചുമലിലുമാക്കി. പിറകിൽ നിന്ന് രഹസ്യമായി ആക്രമിക്കുന്നത് ഒഴിവാക്കാം. കൊല്ലപ്പെടുമ്പോൾ മുന്നിലായാലും പിറകിലായാലും ഒന്നുതന്നെ.

പാട്ടു നിലച്ചുപോയതിന്റെ ഈർഷ്യ അവന്റെ മുഖത്തുണ്ടായിരുന്നു.

അവൾ വാച്ചിലേക്കു നോക്കി.

വനത്തിലൂടെയുള്ള ഈ യാത്ര തുടങ്ങിയിട്ട് നാല് മിനുട്ടാവുന്നു. ഇടയ്ക്കു വാച്ച് നിന്നുപോയതാണോ?

രണ്ടുതവണ അവളുടെ ഷാൾ മുൾച്ചെടികളിൽ കൊളുത്തി കാലിലെന്തോ പോറി ചോര പൊടിഞ്ഞു. പാമ്പായിരിക്കുമോ? ഒടുവിൽ അത് നീലിച്ച നിലയിലായിരിക്കുമോ അച്ഛന് കിട്ടുക?

പെട്ടെന്ന് റേഡിയോവിൽ നിലച്ചുപോയ ആ പാട്ട് വന്നെത്തി.

പൊട്ടിത്തകർന്ന കിനാവ് കൊണ്ടൊരു

പട്ടുനൂലാഞ്ഞാല് കെട്ടി ഞാൻ...

തികച്ചും അപ്രതീക്ഷിതമായി വനം അവസാനിച്ചു.

കുന്നിൽനിന്ന് മണ്ണെടുത്ത് വെട്ടിയുണ്ടാക്കിയ ചെമ്മണ്ണിന്റെ പടവുകളിലേക്ക് വനത്തിൽ നിന്നുള്ള അജ്ഞാതമായ ഒറ്റയടിപ്പാത അവസാനിക്കുന്നു.

റേഡിയോവിൽ പാട്ട് തീർന്നു.

ഒരു ക്ഷമാപണവും വന്നു.

ഇടയ്ക്ക് പ്രക്ഷേപണം തടസ്സപ്പെട്ടതിൽ ഖേദിക്കുന്നു.

അടുത്ത ഗാനം പാടിയത് യേശുദാസ്...

ചെറുപ്പക്കാരൻ വോള്യം പറ്റെ കുറച്ചുകൊണ്ട് കാട് വകഞ്ഞുമാറ്റിക്കൊണ്ടു ദൂരേക്ക് ചൂണ്ടി.

അതാ, നിങ്ങടെ ഹോസ്റ്റൽ!

അല്ലിക്കു വിശ്വസിക്കാനേ കഴിഞ്ഞില്ല.

ദൈവമേ, ഇതാണോ ആ വനം.

താൻ തന്റെ ജനാല എന്നും തുറക്കുമ്പോൾ കാണാറുള്ളത് ഈ പച്ചയിലേക്കായിരുന്നോ? തണുത്ത കാറ്റ് വീശാറുള്ളത് ഇവിടെനിന്നാണോ?

നന്ദിപൂർവം അല്ലിയവനെ നോക്കി.

അവൾ മറ്റൊരു ലോകത്തേക്കു പെട്ടെന്ന് വഴുതി വീണപോലെ.

അവനവിടെ ഒരേ നില്പ് നിന്നു. റേഡിയോവിൽ പുതിയ പാട്ട് ആരംഭിച്ചുകഴിഞ്ഞിരുന്നു.

രണ്ടടി നടന്നതും യാഥാർത്ഥ്യത്തിന്റെ ഏതൊക്കെയോ കുഴമറിയലിൽ ഒരു ചോദ്യം കൈകാലിട്ടടിക്കുന്നു.

അവൾ ചോദിച്ചു:

വീടിനകത്തുനിന്ന് ആരാണ് കരയുന്നത് കേട്ടത്?

പെങ്ങളാണ്. സുഖമില്ലാത്ത കുട്ടിയാണ്.

ഒതുക്കിപ്പറഞ്ഞ രണ്ടു വാക്യങ്ങളിൽ വേദനയുടെ പെരുങ്കടൽ അവനൊളിപ്പിച്ചു. പ്രത്യാശയറ്റപോലെ അവൻ ദൂരെയെങ്ങോ നോക്കി.

ഹോസ്റ്റൽ ദൂരെ അമ്മയെപ്പോലെ കാത്തിരിക്കുന്നു. അവൾ ചെമ്മണ്ണിൻപടിയിറങ്ങി വലിച്ചുനടന്നു.

കുന്നിന്റെ ഉയരത്തിൽ അവൻ ഒരേ നില്പ് നിന്നു. അല്ലിക്കുവേണ്ടി അന്ന് സൂര്യൻ കുറച്ചു വൈകി അസ്തമിച്ചു. അതിന്റെ നാട്ടുവെളിച്ചത്തിനു കടുത്ത സ്വർണനിറമായിരുന്നു.

അവൾക്കു ചിരപരിചിതമായ ആ ഹോസ്റ്റൽഗേറ്റിലേക്കെത്തുംമുമ്പ് അതിനു മുന്നിലൂടെ ഒരു തുറന്ന ജീപ്പ് ഇരമ്പിവന്നെത്തി. ബിയർകുപ്പിയും ആട്ടും പാട്ടുമായി ഒരു ആൺസംഘം.

ഒരു മാൻപേടപോലെ പേടിച്ചുനിന്ന അവൾക്കു മുന്നിൽ സഡൻ ബ്രേക്കിട്ടു.

ആ വിജനതയിൽ അവളെ പിടിച്ചുവലിച്ചു കയറ്റെടാ എന്ന് അവർ പരസ്പരം കണ്ണുകൊണ്ട് ഓങ്ങുമ്പോഴേക്കും അവൾ ദൂരെ തിരിഞ്ഞു നോക്കി. അവൻ അവിടെത്തന്നെയുള്ളതുകണ്ട് കിതപ്പടക്കി അവനു നേരെ കൈവീശി.

അപ്പോഴും അവനവിടെത്തന്നെ ഉണ്ടായിരുന്നു. പ്രത്യഭിവാദനം ചെയ്തുകൊണ്ട് അവൻ കൈവീശി.

തികച്ചും അപ്രതീക്ഷിതമായ ആഘാതമായി ആ ദുഷിച്ച ആൺ വണ്ടിക്ക്.

അവൾ നൂലിഴയ്ക്ക് നടന്ന് ഗേറ്റ് തുറന്നകത്തേക്ക് പോയി.

മൃഗത്തിന്റെ ഇരമ്പലോടെ ജീപ്പ് ദൂരെയെങ്ങോ പാഞ്ഞുപോയി.

അവൾക്ക് വീണ്ടും അവനെ തിരിഞ്ഞുനോക്കണമെന്നുണ്ടായിരുന്നു.

ഹോസ്റ്റലിൽ ആകെ ബഹളമയമായിരുന്നു.

മേട്രൻ കലിതുള്ളി.

നീ എവിടെപ്പോയി?

അവൾ പറഞ്ഞതൊന്നും മേട്രൻ വിശ്വസിച്ചില്ല.

പക്ഷേ ഫോണിൽ അച്ഛൻ പറഞ്ഞു:

സാരമില്ല മോളേ, നീ സുരക്ഷിതമായെത്തിയല്ലോ. നിന്റെ അമ്മ ഒന്നു മറിഞ്ഞിട്ടില്ല... എനിക്ക് മോളെ കാണണമെന്ന് തോന്നുന്നു.

അവൾ പൊട്ടിക്കരഞ്ഞു.

മേട്രൻ അതോടെ തണുത്തു.

ശരിക്കും പറ. പൊലീസിനെ വിളിക്കണോ മോളേ? അവൻ ആ വന ത്തിനകത്തുനിന്ന് എന്തൊക്കെ നിന്നെ ചെയ്തു? ഡോക്ടറെ കാണണോ?

മുറിയിലെത്തി അവൾ ബാഗു വെച്ചു. വസ്ത്രംപോലും മാറ്റാതെ നേരെ ജനാലയുടെ അടുത്തേക്ക് ഓടിപ്പോയി വാതിലുകൾ തുറന്നു.

ദൂരെ കാട്.

അതിലേക്ക് ഇരുട്ട് പടർന്നുകയറാൻ ഇപ്പോൾ അമാന്തിച്ചു നിൽക്കുന്നു.

അതിനകത്തുനിന്ന് മുഴങ്ങിയ ആ പാട്ടിന്റെ ഈണമോ ഭംഗിയോ തനിക്കാസ്വദിക്കാനായില്ലല്ലോ എന്നവൾ കുണ്ഠിതപ്പെട്ടു. പൊട്ടി ത്തകർന്ന കിനാവുകൊണ്ടൊരു...

പുതിയ പാട്ടുമായി അയാൾ വീടണഞ്ഞിട്ടുണ്ടാവും.

കാലത്തുണർന്ന് ആദ്യം അവൾ ചെയ്തത് വനത്തിൽനിന്ന് തുടങ്ങി ഹോസ്റ്റലിലേക്കുള്ള വഴിയിൽ അവസാനിക്കുന്ന ആ പരുക്കൻ ഒറ്റയടി പ്പാത കണ്ടുപിടിക്കാനുള്ള യത്നത്തിലേർപ്പെടുകയായിരുന്നു.

ആ പാട്ടു വന്ന വഴി അവൾക്കു കണ്ടുപിടിക്കാനേ കഴിഞ്ഞില്ല.

വൃഥാവിലായിപ്പോയ ആ ശ്രമത്തിനിടയിൽ മേട്രൻ പിന്തുടർന്നെത്തി യത് അല്ലി അറിഞ്ഞില്ല. അവളെ ഞെട്ടിച്ചുണർത്തിക്കൊണ്ട് അവർ ശാസിച്ചു:

ഗേറ്റിനു വെളിയിലുള്ള ഒരു യാത്രയും വേണ്ട. ഉം, അകത്തേക്കു പോ...

പക്ഷേ ജനാലയ്ക്കരികിലിരിക്കുമ്പോൾ ചിലപ്പോഴൊക്കെ അവൾ കാട്ടിൽനിന്നും ആ പാട്ട് അവളെത്തേടി വന്നു.

ഒരു കഷ്ണം പാട്ട്. അത്രമാത്രം.

അവൾ വീണ്ടും വീണ്ടും പരീക്ഷയ്ക്കുള്ള തയ്യാറെടുപ്പിലേക്കു പോയി.

■

www.ingramcontent.com/pod-product-compliance
Lightning Source LLC
LaVergne TN
LVHW041534070526
838199LV00046B/1671
* 9 7 8 9 3 8 6 4 4 0 9 8 3 *